அங்கீகரிக்கப்படாத கனவின் வலி

வாழ்த்துகளுடன்

அங்கீகரிக்கப்படாத
கனவின் வலி

சி.மோகன்
நேர்காணல்கள்

டிஸ்கவரி பப்ளிகேஷன்ஸ்
எண்: 9, பிளாட் எண்: 1080A, ரோஹிணி பிளாட்ஸ்,
முனுசாமி சாலை, கே.கே.நகர் மேற்கு,
சென்னை - 600 078. பேச: 99404 46650

வெளியீட்டு எண்: 0199

அங்கீகரிக்கப்படாத கனவின் வலி (நேர்காணல்கள்)
ஆசிரியர்: சி.மோகன்©
Angeekarikkapadaatha kanavin vali (Interviews)
Author: C.Mohan©
Printed in India
1st Edition: DEC - 2022
ISBN: 978-93-95285-26-1
Pages - 72
Rs -100

Publisher • Sales Rights

Discovery Publications
No. 9, Plot,1080A, Rohini Flats,
Munusamy Salai,
K.K.Nagar West, Chennai - 78.
Tamilnadu, India.
Mobile: +91 99404 46650

Discovery Book Palace (P) Ltd
No. 1055-B, Munusamy Salai,
K.K.Nagar West,
Chennai-600 078.
Ph: (044) 4855 7525
Mobile: +91 87545 07070

discoverybookpalace@gmail.com / www.discoverybookpalace.com

இந்த நூலில் பிரசுரமாகியுள்ள எந்த ஒரு பகுதியையும் எழுத்துபூர்வமான முன்அனுமதி பெறாமல் எடுத்தாள்வதோ, மறுபிரசுரம் செய்வதோ, மொழியாக்கம் செய்வதோ, ஊடகங்களில் மறுபதிப்புச் செய்வதோ, காப்புரிமைச் சட்டப்படி தடை செய்யப்பட்டுள்ளது. இந்த நூலிலிருந்து சில பகுதிகளை மேற்கோள்காட்டி நூல்அறிமுகம் செய்யலாம்.

உங்கள் மொபைல் போனிலிருந்து ஸ்கேன் செய்து 'டிஸ்கவரி புக் பேலஸ்' மொபைல் ஆப்பை டவுன்லோடு செய்து, புத்தகங்களை வாங்குங்கள்.

க.நா.சு.வுக்கு

என் குறிப்பு

உரையாடல் என்பது மிகவும் அணுக்கமான வெளியீட்டு சாதனமென்பதை, லக்ஷ்மி மணிவண்ணன் என்னை பேட்டி கண்டபோது மிகத் தெளிவாக உணர்ந்தேன். அந்த நேர்காணல் இரண்டு மாலைப் பொழுதுகளில் நடந்தது. உரையாடலின்போது எண்ணவோட்டங்கள் தெளிந்து வருவதை அப்போது வெகுவாக உணர முடிந்தது.

பல மணி நேர உரையாடலை லக்ஷ்மி மணிவண்ணன் மிக நேர்த்தியாகத் தொகுத்திருந்தார். என் இலக்கியப் பயணத்தில் இந்த உரையாடலை மிக முக்கியமானதாகக் கருதுகிறேன். இந்த உரையாடலினூடாக முளை விட்டுச் செழித்து வளர்ந்திருப்பதுதான், அதனையடுத்துக் கிளைவிட்டு விரிந்த என் பார்வைகள். அந்தப் பார்வைகள் தீர்க்கமாகவும் தீட்சண்யமாகவும் வெளிப்பட்டிருந்தன.

இணக்கமான நண்பர்களுடன் உரையாடுவதென்பது ஒரு சிலாக்கியமான காரியமாகவே எனக்கிருக்கிறது. உரையாடலின் போது எண்ணவோட்டங்களைப் பின்தொடர்ந்து சகஜமாகச் செல்ல முடிவதால் பல விசயங்களைச் சுலபமாகச் சொல்லிவிட முடிகிறது. மேலும், உரையாடலின் போதான எதிர்வினைகள், விசயங்கள் பல முனைகளில் விரிந்து செல்லவும், துலக்கம் பெறவும் வழி வகுக்கின்றன. அவ்வகையில் அமைந்தவைதான் இப்புத்தகத்தில் இடம்பெற்றிருக்கும் ஆறு நேர்காணல்கள்.

நேர்காணல்களை நிகழ்த்திய லக்ஷ்மி மணிவண்ணன், சிவதாணு, ஷங்கரராமசுப்ரமண்யன், நா.கதிர்வேலன், கார்த்திக் புகழேந்தி ஆகியோருக்கும், வெளியிட்ட இதழ்களுக்கும்;

எப்போதும்போல இப்போதும் நூல் முகப்பினை தனிச் சிறப்புடன் வடிவமைத்திருக்கும் நண்பர் லார்க் பாஸ்கரனுக்கும்;

என் 70 வயது நிறைவை முன்னிட்டு இச்சிறு நூலை வெளியிடும் 'டிஸ்கவரி பப்ளிகேஷன்ஸ்' நிறுவனத்துக்கும், நண்பர் மு.வேடியப்பனுக்கும்

என் மனமார்ந்த நன்றிகள்.

சி.மோகன்

நேர்காணல்: 1

[சென்னை இணையதளம் (www.chennai.com)
2000 ஆண்டு ஏப்ரல் 16, மே 1, மே 16, ஜூன் 1
ஆகிய பதிப்புகளில் நான்கு பகுதிகளாக வெளியிட்ட
உரையாடலின் திருத்தப்பட்ட வடிவம்.]

நேர்கண்டவர்: **லஷ்மி மணிவண்ணன்.**

சி.மோகன் 12.6.1952இல் மதுரையில் பிறந்தவர்.

அப்பா பெ.செல்லச்சாமி, அம்மா ராக்காயி என்கிற சந்திரா.

இலக்கியம், சிந்தனை ஆகிய தளங்களில் தொடர்ந்து செயல்பட்டு வரும் இவருடைய பார்வைகள், மதிப்பீடுகள்மீது தமிழ் வாசகர்களுக்கு ஆர்வம் உண்டு. சி.மோகன் தமிழ் இலக்கியத்துக்குப் படைப்புரீதியாகக் குறைந்த அளவிலான பங்களிப்பையே செய்துள்ளார். இவருடைய 'ரகசிய வேட்கை' சிறுகதைத் தொகுப்பு நூலை 1999இல் அகரம் வெளியிட்டது. படைப்புரீதியிலான பார்வைகளைத் தொடர்ந்து வலியுறுத்தி வரும் இவருடைய ஆளுமை சிறுகதை, மொழிபெயர்ப்பு, விமர்சனம், உரையாடல், நூல் பதிப்பு என்ற பன்முகத் தன்மை கொண்டது.

தமிழ்ப் படைப்பாளிகள் பலருடன் படைப்புரீதியிலான உறவும் நேரடித் தொடர்பும் கொண்டவர் சி.மோகன். உலக இலக்கியங்களில் புலமை உடையவர். தமிழிலக்கிய அரசியல் குறித்து பிரக்ஞை பூர்வமான அறிதல் கொண்டவர். தமிழ்ப் படைப்பாளிகளில் இளம் தலைமுறையினரின் உலக இலக்கியப் புலமை என்பது மயக்கங்கள் மிகுந்ததும், மிகைத்து உரைக்கப்படுவதும் ஆகும். சி.மோகன் இதற்கு விதிவிலக்கானவர்.

2000இல் அகரம் வெளியிட்ட சி.மோகனின் 'நடைவழிக் குறிப்புகள்' என்கிற படைப்பாளுமைகள் பற்றிய கட்டுரை நூலும், இவருடைய ஆங்கிலம் வழி தமிழ் மொழிபெயர்ப்பில் வெளியான 'நவீன உலகச் சிறுகதைகள்' என்ற தொகுப்பு நூலும் தமிழ் வாசகர்கள் மத்தியில் கவனிப்பைப் பெற்றன. எழுத்து தவிர ஓவியம், சிற்பம் ஆகிய கலைகளிலும் கவனத்தைச் செலுத்தி வருபவர் மோகன். நண்பர்களுடனும் மாணவர்களுடனும் தொடர்ந்து நடத்திவரும் உரையாடல்களில் படைப்பு, சிற்றிதழ் இயக்கம் சார்ந்த மதிப்பீடுகளை வற்புறுத்திவருபவர். தமிழ் இலக்கியச் சூழலில் மர்மக் காதலன், அந்நியன், பொறாமைக்காரன், துரோகி போன்ற பல்வேறு கலங்கலான புனைவுகள் இவரைப்பற்றி உள்ளன. 'சூழல் உருவாக்கும் புனைவுகள் மோகன் என்கிற தனி மனிதனைப் பற்றியவை அல்ல. மோகன் என்பது தமிழ் இலக்கியச் சூழலில் ஒரு மனோபாவம். இதனை ஏற்கெனவே நிறுவப்பட்டுள்ள தமிழ்ச் சமூக மனம், எவ்வாறு எதிர்கொள்கிறது என்பதற்கான சான்றுகளே மோகனைப் பற்றிய புனைவுகள்' என்று கருதுகிற இலக்கிய மாணவர்கள் உள்ளார்கள். தமிழ்ப் பதிப்புத்துறையில் மோகன் செலுத்திய ஆர்வம் பல சிறந்த தமிழ்ப் புத்தகங்களைப் பொலிவுறச் செய்துள்ளது.

● **உங்களுடைய பின்னணி பற்றிச் சொல்லுங்கள்.**

ராமநாதபுரம் மாவட்டத்திலுள்ள வேடகரிசல்குளம் கிராமம் எங்களுடைய பூர்வீகம். அது அம்மாவுடைய ஊர். நாற்பது வீடுகளுக்குள் இருக்கும் அந்தக் கிராமத்தில், கோனார் சாதியினரே பெரும்பான்மையினர். தேவர் சமூகத்தைச் சார்ந்த இரண்டு குடும்பங்களும் சில தலித் குடும்பங்களும் வசித்துவந்தன. இன்றும்கூட அந்தக் கிராமத்திற்கு பேருந்து வசதி கிடையாது. மூன்று மைல் குறுக்குப் பாதையில் நடந்து கிராமத்தை அடையலாம். அந்தக் கிராமத்தில் என் குழந்தைப் பிராயத்தில் கோயில் கிடையாது. குலதெய்வங்கள் பிற கிராமங்களில் இருந்தன. எங்கள் கிராம, குடும்பச் சூழ்நிலையில் அரசாங்கக் கல்வியை முதல் தலைமுறையாகப் பெற்ற குடும்பம் எங்களுடையது. முதன்முதலாக அரசாங்க வேலைக்காக கிராமத்தை விட்டு வெளியேறிய குடும்பமும் எங்கள் குடும்பம்தான். அப்பா சுங்க இலாகாவில் ஆய்வாளராகப் பணிபுரிந்தார். அம்மா மிகவும் அழகாக இருப்பார்கள். நான் பிறந்தது மதுரையில். அப்போது அப்பா மதுரையில் பணிபுரிந்தார்.

● இலக்கியம், சிந்தனை சார்ந்த தீவிரமான ஈடுபாடு உங்களுக்கு எவ்வாறு ஏற்பட்டது?

என்னுடைய தாய் மாமா பெரியசாமி என்பவருடைய பாதிப்பு சிறு வயதிலேயே எனக்கு இருந்தது. அதற்குத் தெளிவான காரணம் என்ன என்று தெரியவில்லை. அவர் என் இளவயதில் கிராமத்தில் கோயிலும் ஒரு பள்ளிக்கூடமும் கட்டினார். திருமணம் செய்து கொள்ளவில்லை. குடும்பத்திலும், கிராமத்திலும் உள்ளவர்கள் அவர்மீது மதிப்பு கொண்டிருந்தனர். அப்பா வேலை நிமித்தமாக மாற்றலாகி நாங்கள் தூத்துக்குடியில் வசித்து வந்தபோது அவர் காணாமல் போனார். அப்போது எனக்கு 12, 13 வயதிருக்கும். அம்மாவுக்கு மிகவும் பிடித்தமானவர் அவர். பின்னர் அவரிடமிருந்து திருப்பராய்த்துறையிலுள்ள சித்பவானந்தாவின் ராமகிருஷ்ண ஆஸ்ரமத்தில் சேர்ந்துவிட்டதாகக் கடிதம் வந்தது. இவருடைய பாதிப்பு என்பது உள்ளுணர்வு சார்ந்த பாதிப்பாக இருந்தது. தூத்துக்குடியில் நூலகத்திலும் சேர்ந்திருந்தேன். வாசிக்கும் பழக்கம் தூத்துக்குடியில் இருந்தபோது உருவாயிற்று. எங்கள் வீட்டில் ராஜாஜியின் மகாபாரதம், விக்கிரமாதித்தன் கதைகள் ஆகிய இரு நூல்கள் இருந்தன. பல முறை அவற்றை வாசித்திருக்கிறேன்.

தூத்துக்குடியில் வசித்தபோது எனக்குத் தீவிர உடல்நலக் குறைவு ஏற்பட்டது. அதையொட்டி மீண்டும் எங்கள் குடும்பம் மதுரைக்கு இடம் பெயர்ந்தது. மதுரையில் பள்ளிப்படிப்பின்போது எனக்கு த.ச. இராசாமணி என்ற தமிழ் ஆசிரியர் வகுப்பெடுத்தார். அப்போது பத்தாம் வகுப்பு படித்துக்கொண்டிருந்தேன். மார்க்ஸிய ஈடுபாடு கொண்டவர். அவருடைய வீட்டில் மார்க்ஸிய வகுப்புகளை நடத்தினார். 'வால்கா முதல் கங்கை வரை' நூலை அவர் எனக்கு வாசிக்கத் தந்தார். சமூகம் எவ்வாறு மாற்றமடைந்து வந்திருக்கிறது என்பதைக் கதை மூலம் சொல்கிற நூல் அது. தாய்வழிச் சமூகங்களிலிருந்து தொடங்கி இருபதாம் நூற்றாண்டு வரையில் நகரக்கூடிய கதை அது. பிற்காலத்தில் இந்திய சமூகத்தில் ஏற்பட்ட ஒழுக்க விதிகள் பலவற்றை அதில் காண முடியாது. குழந்தை பெறுவதற்காகவும், இனக்குழு அபிவிருத்திக்காகவும் தாய், பிற ஆண்களுடன் உறவை ஏற்படுத்திக்கொள்வது நியாயமானதாகவும் சாதாரணமானதாகவும் அதில் சொல்லப்பட்டிருக்கும். அந்த சமயத்திலிருந்தே மொழிபெயர்ப்பு நூல்களை அதிகம் வாசிக்கத் தொடங்கினேன். அதற்கு முக்கியமான காரணம் மொழிபெயர்ப்பு நூல்களில் காணப்பட்ட பாலியல் பழக்கவழக்கங்கள், வித்தியாசமான உறவு முறைகள் ஆகியவை. மொழிபெயர்ப்பு நூல்களைப் படிக்க

அவற்றில் காணப்பட்ட பாலியல் பழக்கவழக்கங்கள் தூண்டுதலாக அந்த வயதில் அமைந்திருந்தன. இவ்வாறு தொடங்கிய எனது வாசிப்புப் பழக்கம், எழுதும் பழக்கத்திலிருந்து தீவிர இலக்கியம், சிந்தனை ஆகியவற்றுக்கு நகர்ந்தேன்.

மதுரை தியாகராசர் கல்லூரியில் படிக்கும்போது தாமரை, செம்மலர் போன்ற இதழ்களின் அறிமுகம் ஏற்பட்டது. அப்போது அந்நூலகத்திலிருந்த மாப்பஸான், எமிலி ஜோலா போன்றோரின் மொழிபெயர்ப்புப் படைப்புகளையும், தமிழ்ப் படைப்புகளையும் ஆர்வமாக வாசித்தேன். எவ்வித வழிநடத்தலுமற்ற சுபாவமான வாசிப்பு என்னுடையது. பல்கலைக்கழகத்திற்குப் போனபோது சி. கனகசபாபதி தமிழ்த்துறையில் இருந்தார். அவருக்குச் சிறுபத்திரிகைகள் மீது பரிச்சயமும் மதிப்பும் இருந்தது. 'எழுத்து'வில் புதுக்கவிதைகள் பற்றிக் கட்டுரைகள் எழுதியவர். அப்போது மு. ராமசாமி பல்கலைக்கழகத்தில் ஆய்வு மாணவராகச் சேர்ந்திருந்தார். அவரோடும் பழக்கம் ஏற்பட்டது. அப்போதுதான் 'விழிகள்' இதழ் நடத்தும் எண்ணம் வந்தது. கனகசாபதி, மு. ராமசாமி ஆகியோரோடு சேர்ந்து விழிகள் நடத்தினேன். விழிகளுக்கு மு. ராமசாமி ஒரு சிறுகதை கொடுத்தார். அதை விழிகளில் பிரசுரம் செய்யக் கூடாது என்று சொன்னேன். எனக்கு அப்போது நகுலன் தொகுத்து வெளியிட்ட 'குருக்ஷேத்திரம்' தொகுப்புப் போல 'விழிகளை' நடத்தவேண்டுமென்கிற கனவு இருந்தது. இதற்கான முயற்சியும் எடுத்தேன். இதனையடுத்து 'விழிகள்' பிளவுபட்டது.

● க.நா.சு. வெங்கட்சாமிநாதன், சுந்தர ராமசாமி, பிரமிள், ஜி. நாகராஜன் என்று முந்தைய தலைமுறைப் படைப்பாளிகளையும் வண்ணநிலவன், கலாப்ரியா போன்ற படைப்பாளிகளையும் படைப்புகள் வழியாகவும் நேரிலும் அறிந்தவர் நீங்கள். மூன்று தலைமுறைகளைச் சார்ந்த படைப்பாளிகளை நீங்கள் நெருக்கமாக அறிந்திருக்கிறீர்கள் என்று சொல்லலாம்...

நான் மதுரைப் பல்கலைக்கழகத்தில் எம்.ஏ. தமிழ் சேர்ந்திருந்த சமயம். அப்போது பல்கலைக்கழகத்தில் அறிவியல் துறை ஒன்றில் கலாப்ரியா எழுத்தராகப் பணிபுரிந்தார். ஆனால் நான் அவரைச் சந்தித்ததில்லை. பல்கலை செல்லும் பேருந்தில் பயணம் செய்தபோது நானும் நண்பர் ஒருவரும் பேசிக்கொண்டிருந்த பேச்சைத் தற்செயலாக அவர் கவனித்திருக்கிறார். கவனித்துவிட்டு, 'நீங்கள்தான் மோகனா' என்று கேட்டார் கலாப்ரியா. அப்போது சுந்தர ராமசாமியின் 'ஒரு புளியமரத்தின் கதை' பற்றிப் பேசிக்கொண்டு வந்ததாக நினைவு.

கலாப்ரியாவோடு இப்படி ஏற்பட்ட தொடர்பு இன்று வரையில் நட்பாக உள்ளது.

1975ஆம் ஆண்டு ஜனவரி 31இல் சுந்தரராமசாமியை நான் மதுரையில் சந்தித்தது என் வாழ்க்கையில் ஒரு முக்கிய நிகழ்வு. அப்போது அவர் வியாபார நிமித்தமாக மதுரை வந்திருந்தார். என்னை சந்திக்க விரும்புவதாகத் தெரியவந்தது. அப்போதே சுந்தர ராமசாமி சிறுபத்திரிகை வாசகர் மத்தியில் பெரிதும் கவனம் பெற்றிருந்தார். அவர் என்னைச் சந்திக்க விரும்பியது மகிழ்ச்சியாக இருந்தது. அந்த சந்தர்ப்பத்தில் சுந்தர ராமசாமியின் 'நடுநிசி நாய்கள்' வெளி வந்திருந்தது. மதுரை ரயில் நிலையத்தில் அவரை சந்தித்தேன். அப்போது அவர், கிருஷ்ணன் நம்பி என்னைப் பற்றிப் புதிதான குரல் என்று தன்னிடம் சொன்னதாகவும் காகங்கள் கூட்டத்தில் என்னைக் கலந்துகொண்டு பேசுமாறும் அழைத்தார். அப்போது 'விழிகள்' வந்துகொண்டிருந்தது. அந்த சந்திப்பில் அவர் 'கரமசோவ் பிரதர்ஸ்' நாவலைத் தமிழில் மொழிபெயர்க்க முடிந்துவிட்டால் வேறு எதுவும் செய்ய வேண்டியதில்லை, நிம்மதியாக வாழ்ந்து விடலாம் என்று சொன்னார்.

- சூழலில் பிற எழுத்தாளர்களோடு எப்படி தொடர்பு ஏற்பட்டது?

சுந்தர ராமசாமி கேட்டுக் கொண்டதற்கிணங்க, காகங்கள் கூட்டத்தில் கலந்துகொண்டேன். காலையில் வண்ணநிலவனின் 'எஸ்தர்' பற்றிப் பேசினேன். மதியம் பசுவய்யாவின் 'நடுநிசி நாய்கள்' பற்றி ந. முத்துசாமி பேசுவதாக இருந்தது. ஆனால் அவர் கூட்டத்தில் கலந்து கொள்ளவில்லை. கட்டுரையை மட்டும் அனுப்பி வைத்திருந்தார். உமாபதி அதனைக் கூட்டத்தில் படித்தார். திருவனந்தபுரத்திலிருந்து காகங்கள் கூட்டத்திற்கு நகுலன், ஆ. மாதவன், ஷண்முக சுப்பையா, நீல. பத்மநாபன் ஆகியோர் வந்திருந்தனர். கலாப்ரியாவும் அந்தக் கூட்டத்தில் கலந்து கொண்டார். முத்துசாமியின் கட்டுரை அங்கு யாருக்குமே புரியவில்லை. 'நடுநிசி நாய்கள்' முத்துசாமிக்குப் பிடித்திருக்கிறது என்பது தெரிகிறது. மற்றபடி ஏன் அவருக்குப் பிடித்திருக்கிறது என்று தெரியவில்லை என்று சுந்தர ராமசாமி சொன்னார். கூட்டத்தில் கலந்து கொண்டவர்கள் என்னிடம் கருத்து கேட்டபோது, எனக்குப் பிடித்த கவிஞராக சுந்தர ராமசாமி இல்லையென்றும் கலாப்ரியாவை எனக்குப் பிடித்திருக்கிறது என்றும் சொன்னேன். சுந்தர ராமசாமியைக் கவிஞர் என்று சொல்ல முடியவில்லை என அப்போது எனக்கிருந்த

எண்ணத்தைத் தெரிவித்தேன். மிகவும் பிரக்ஞை பூர்வமாக சொல்லப்பட்ட அபிப்ராயம் அது என்று சொல்வதற்கில்லை.

எனது கருத்தை அறிந்ததும் நகுலன், நீல. பத்மநாபன் ஆகியோர் உற்சாகப்பட்டார்கள். முதன் முதலாக இலக்கிய அரசியல் இப்படி எனக்கு அறிமுகமானது. நகுலன் என்னுடைய கலாப்ரியா பற்றிய கட்டுரையைப் படித்திருந்தார். மட்டுமல்லாது, திருவனந்தபுர எழுத்தாளர்கள் கலந்துரையாடி கலாப்ரியாவின் 'சுயம்வரம்' பற்றி எழுதுவதாக இருந்ததாகவும் என்னுடைய கட்டுரை வெளியானதால் அதை எழுதும் அவசியம் ஏற்படவில்லை என்றும் கூறினார். அப்போது கலாப்ரியா அவர்களுக்கு செல்லப் பிள்ளையாக இருந்தார். ஒருவேளை சுந்தர ராமசாமிமீது திருவனந்தபுரத்தில் உள்ள தமிழ் எழுத்தாளர்களுக்கு சிறு மனப் பகைமை இருந்த காரணத்தால் கலாப்ரியாமீது அவர்கள் அதிக கவனம் கொண்டிருந்திருக்கக்கூடும். இதற்குத் தோதாக, சுந்தர ராமசாமியும் அன்றிலிருந்து இன்று வரை கலாப்ரியா பற்றி மௌனமாகவே இருக்கிறார். காகங்கள் கூட்டத்தைத் தொடர்ந்து நகுலன், நீல. பத்மநாபன் ஆகியோர் திருவனந்தபுரத்திற்குத் தங்களுடன் வருமாறு அழைத்தனர். திருவனந்தபுரத்தில் நீல. பத்மநாபனின் வீட்டில் வைத்து என்னிடம் விதவிதமான கேள்விகள் கேட்டார்கள். அப்போது 'இலக்கிய அரசியல்' பற்றி எனக்கு முன்எண்ணங்கள் ஏதும் இருக்கவில்லை. தற்போது 'இலக்கிய அரசியல்' பற்றி மிகத் தெளிவாகத் தெரிந்து வைத்திருக்கிறேன். அத்துபடி என்றுகூடச் சொல்லலாம். அந்தக் கூட்டத்தில் கலந்துகொண்ட பிறகுதான் எனக்கு இலக்கிய அரசியலோடும் இலக்கியவாதிகளோடும் விரிவான அறிமுகம் ஏற்பட்டது என்று சொல்லலாம்.

● நீங்கள் கலப்புத் திருமணம் செய்து கொண்டீர்கள். தற்போது மனைவி, குழந்தைகள் ஆகியோரைப் பிரிந்து வாழ்கிறீர்கள். இது பற்றிச் சொல்ல முடியுமா?

என்னுடைய தனிப்பட்ட குடும்ப அனுபவத்தை வைத்து ஒரு கோட்பாட்டை உருவாக்க முடியும் என்று எனக்குத் தோன்றவில்லை. ஆனால் என்னுடைய இல்வாழ்க்கையில் ஏற்பட்ட பிரிவுக்கு யோசித்துப் பார்க்கும்போது சில காரணங்கள் இருப்பதை உணர்கிறேன். நாங்கள் காதலித்துத் திருமணம் செய்துகொண்ட காலகட்டத்தில்தான் மத்திய வர்க்க தமிழ்ச் சமூகத்தில் பெண்கள் தன்னிச்சையாக வாழ முடியும் என்கிற நிலை உருவாகிவருகிறது. இது மிகவும் ஆரோக்கியமானது என்பதுதான் எனது எண்ணம். பெண் தன்னிச்சையாக வாழ முடியாது

என்கிற பாதுகாப்பின்மை உணர்வு காரணமாகத்தான் பல சமயங்களில் அவள் ஆணைப் பொறுத்துக்கொள்கிறாள். நாம் விரும்பியோ விரும்பாமலோ ஒரே வாழ்க்கையைத்தான் வாழ வேண்டியிருக்கிறது. எனவே ஆணைப் போலவே பெண்ணும் வாழ்க்கை குறித்து முடிவெடுத்தாக வேண்டும்.

இயல்பாக, குடும்ப அமைப்பை எதிர்கொள்வதற்கான தன்மை எனக்கு இல்லை என்று நினைக்கிறேன். இதற்கு எனது இலக்கியப் படிப்பு, மாற்றமடைந்துவிட்ட எனது கனவு, மனோபாவம் ஆகியவை காரணமாக இருந்திருக்கலாம். பொருளாதார ரீதியான என் கவனமின்மைக்கும் தோல்விக்கும் இதில் பங்குண்டு. வெற்றி என்பதே 'ஏற்றுக்கொள்ளப்பட்ட அல்லது அங்கீகரிக்கப்பட்ட இடங்களை' ஸ்தாபிப்பது என்பது தான். பல சந்தர்ப்பங்களில் தோல்விகள் மகிழ்ச்சி தரக்கூடியவை. தோல்விகளை மகிழ்ச்சியாக எடுத்துக்கொள்வதற்கான மனோபாவம் இலக்கியப் படிப்பிலிருந்து எனக்கு உருவாகி இருக்கும் என்று தோன்றுகிறது.

நாம் இன்று அறிந்துவைத்துள்ள குடும்பம் என்பது ஆண் பெண் என்கிற இரண்டு பேர் சம்பந்தப்பட்ட ஒரு அமைப்பாக உள்ளது. இதில் ஒவ்வொருவருடைய கடமைகள் என்பதும் தீர்மானிக்கப்பட்டிருக்கிறது. ஒவ்வொருவரும் தனது கடமைகளைச் செவ்வனே செய்ய வேண்டும். இதில் பிழைகளுக்கு இடமில்லை. குடும்ப அமைப்பின் இத்தகைய பண்புகள் மிக இறுக்கமானவை. ஒரு குடும்பத்திலுள்ளவர்கள் இதனை சிரத்தையுடன் அணுகத் தவறினால் பிறருடைய அபிப்ராயங்களிலும் கனவுகளிலும் இருந்து வெளியேற்றப்படுகிறார்கள். ஒரு குடும்ப அமைப்பில் ஆண் பெண் இருவருடைய கனவுகளும் கூடுமானவரையில் ஒத்திசைந்து அமையும்போதுதான் சீராக இயங்குவதற்கான ஒரு பண்பை அது பெறுகிறது. இதில் ஏற்றத்தாழ்வுகள் உருவாகும்போது அது இருவரில் எவரேனும் ஒருவருக்கு பாதகமானதாக மாறிவிடுகிறது. தனிப்பட்ட முறையில் எங்களுடைய பிரிவில் ஒட்டுமொத்தமான சோகம் ஒன்று உண்டு. ஆனால் காலத்திற்கோ மாற்றங்களுக்கோ இந்த சோகத்தில் அக்கறை ஏதுமில்லை.

குடும்ப அமைப்பை எதிர்கொள்ள முடியாத எனது தனிப்பட்ட மனோபாவமும், எனது பொருளாதார வீழ்ச்சியும், தன்னிச்சையாக பெண்ணால் வாழ முடியும் என்று சமூகத்தில் ஏற்பட்ட மாற்றமும் எங்களுடைய பிரிவுக்கு அடிப்படைக் காரணங்களாக இருந்திருக்கக்

கூடும். நாங்கள் சென்னைக்குக் குடிபெயர்ந்ததும் இந்த முறிவுக்கு ஒரு முக்கிய காரணமென்று நினைக்கிறேன்.

● சென்னைக்கு எப்போது ஏன் வந்தீர்கள்? அது உங்கள் தனிப்பட்ட வாழ்வை எவ்விதம் பாதித்தது?

நான் மதுரையிலிருந்தபோது சுந்தர ராமசாமி அப்போது எழுதி முடித்திருந்த 'ஜே.ஜே: சில குறிப்புகள்' நாவலின் கையெழுத்துப் பிரதியினை நான் படிப்பதற்காக அனுப்பியிருந்தார். காலமும் நிகழ்வுகளும் சில இடங்களில் பிசகிக் கிடப்பது தெரியவந்தது. அதை சு.ரா.வுக்குத் தெரிவித்ததோடு, அவர் கேட்டுக் கொண்டதற்கிணங்க நான் நாகர்கோவில் சென்று கையெழுத்துப் பிரதியில் திருத்தங்கள் செய்தோம். அக்கையெழுத்துப் பிரதியில் நான் பணிபுரிந்த விதம் 'க்ரியா' ராமகிருஷ்ணனுக்குப் பிடித்திருந்தது. 'க்ரியா' ராமகிருஷ்ணன் பொதுவாகவே திறமையானவர்கள் தனக்குக் கீழ் பணிபுரிய வேண்டுமென்று விரும்பக்கூடியவர். சுந்தர ராமசாமி 'ராமகிருஷ்ணன் ஒரு பல்கலைக்கழகம்' என்றும் அவருடன் பணிபுரிவது எனக்குப் பயன்படும் என்றும் ஊக்கப்படுத்திக் கடிதம் எழுதியிருந்தார். சுந்தர ராமசாமி ஊக்கப்படுத்தியதன் காரணமாக 1983ஆம் ஆண்டு ஜுன் 3ஆம் தேதி சென்னை வந்தேன்.

சிறுநகர் சார்ந்த, மத்தியதர வர்க்கம் சார்ந்த இறுக்கமான மனோபாவமும் வாழ்க்கைப் பின்னணியும் கொண்டிருந்த எனக்கு சென்னை போன்ற பெருநகர் சார்ந்த பெண்களின் மதிப்பீடுகளும் சுதந்திர உணர்ச்சியும் மயக்கத்தை ஏற்படுத்தின. அன்று ஏற்பட்ட வசீகரமும் மயக்கமும் இன்றுவரை என்னுள் தொடர்கிறது என்று சொல்லலாம். என்னிடம் ஒரு சுபாவம் உண்டு. அனுபவங்களுக்கு உட்பட உட்பட மாறிக்கொண்டே போகிற தன்மை அது. சென்னைப் பெருநகர்ப் பெண்களின் உலகம் சார்ந்து என்னிடத்தில் ஏற்பட்ட மாற்றங்களும் எங்கள் பிரிவுக்கு ஒரு முக்கிய காரணம் என்பதையும் சொல்லியாக வேண்டும்.

இன்னொரு விஷயமும் சொல்ல வேண்டும். இளவயதில் கவிதை எழுதுகிறவனாக அறியப்பட்டதுதான் எங்கள் காதலுக்கு ஆதாரமாக இருந்தது. எனது இளவயதில் கவிதை எழுதுகிறவன் என்பதாலேயே ஒரு ஆணைக் காதலிக்கிற பெண் இருந்தாள். இன்று அவளற்ற வெற்றிடம் இருக்கிறது. கவிதை எழுதுகிறவனைக் காதலித்த பெண்ணின் ஆர்வத்தையும் சரியானதென்று கருத முடியாது. இன்றைய நிலையோ மிகக் கடுமையானது. இன்றைய நகரத்துப்

பெண் சாதி பார்த்து, மதம் பார்த்து, சம்பளம் பார்த்து, நிறம் பார்த்துக் காதலிக்கிறாள். ஆண் உறவை அமெரிக்கக் கனவு, வெற்றி ஆகியவற்றை முன்னிட்டுத் தேர்ந்தெடுக்கிறாள். இதையும் சரியானதாகக் கருத முடியாது. இது பெண் பற்றிய தனிப்பட்ட செய்தி அல்ல. சமூகக் கனவினைச் செயல்படுத்தும் பொருளாகப் பெண் விளங்குகிறாள். கால மாற்றத்தின், கனவு மாற்றத்தின் வழியாகப் பெண்ணுடல் உருமாறி வருகிறது. சமூகக் கனவு பல்வேறு விகிதங்களில் செயல்படுவது போலவே பெண்ணுடல் எனும் பாதை வழியாகவும் செயல்படுகிறது. இன்றைய சமூகக் கனவு என்பது அமெரிக்கக் கனவாக, மனமாக உள்ளது என்று சொல்வது தனிப்பட்ட முறையில் ஆண் சம்பந்தப்பட்ட பிரச்சனையோ பெண் சம்பந்தப்பட்ட பிரச்சனையோ அல்ல. சமூகம் சார்ந்த பிரச்சனை இது.

● அமெரிக்கக் கனவு, மனம் என்று நீங்கள் கூறுவதைத் தெளிவு படுத்திச் சொல்ல முடியுமா?

அமெரிக்க மனத்திற்கு பிரச்சனைக்குத் தீர்வு என்பது ஒன்றுதான். தீர்வுக்கு அப்பாலுள்ள வாழ்க்கை முறை எதையும் அது கவனத்தில் எடுத்துக்கொள்வதில்லை. சிக்கல்கள் எல்லாவற்றையும் குறிப்பிட்ட ஒரு நேர்கோட்டில் அது அணுகுகிறது. நமக்குப் பிரச்சனைகளின் மரபு என்பது மிக முக்கியம். பன்முகத்தன்மை என்பதும் மிக முக்கியம். பிரச்சனைகள் நமது நினைவுகளிலும் வரலாற்றிலும் உள்ளன. அமெரிக்கா நினைவுகளற்ற நாடு. குடியேறிகளால் உருவாக்கப்பட்டது. இறந்த காலத்தின், பாரம்பரியத்தின், மரபின் தொன்மையான நினைவுகள் எதுவும் அதற்கில்லை.

தாராளமயமாக்கல் மூலமாக அமெரிக்கக் கனவுதான் ஒட்டுமொத்த உலகத்தின் கனவாக இன்று பேணப்படுகிறது. அமெரிக்கக் கனவு என்பது வெற்றி. அதாவது, பணம், புகழ் என்று வெற்றியடைய வேண்டும். அமெரிக்கக் கனவைப் பொருத்தவரையில் பணம், புகழ் இரண்டுமே ஒன்றோடொன்று மிக நெருக்கமானதுதான். ஆனால் நம்முடைய மரபில் அப்படி இல்லை. பணம், புகழ் ஆகியவை சார்ந்து மட்டும் நம்முடைய மதிப்பீடுகள் உருவாகிவிடுவதில்லை. ஆனால் இன்று நமது சமூகத்திலும்கூட அமெரிக்கக் கனவும் அணுகுமுறையுமே மேல்நிலையாக உணரப்படுகிறது. தட்டையான அவர்களுடைய கனவை நோக்கி நாமும் விரைவாக ஓடுகிறோம். நமது சமூகமும் அவர்களுடைய கனவைப் பின்பற்றி ஓடத் தொடங்கியுள்ளது. ஆனால் இதில் நமக்குத் தனிப்பட்ட பிரச்சனைகள் உள்ளன. அமெரிக்கக்

கனவுக்கும் நமது நினைவுக்கும் இடையில் தனிப்பட்ட முரண்பாடுகள் சிதறிக் கிடக்கின்றன.

● அமெரிக்கக் கனவுக்கும் நம்முடைய நினைவுக்குமிடையிலான முரண்பாடு என்று நீங்கள் சொல்வதை எவ்வாறு புரிந்துகொள்வது?

நமது சமூகம் ஏற்கெனவேயிருந்த கனவுகளிலிருந்து விடுபட்டு கனவற்ற சமூகமாக மாற்றமடைந்துவருகிறது. கடவுள், மதிப்பீடுகள், அறநெறிகள், நீதிபோதனைகள் ஆகியவை அர்த்தமிழந்துவிட்டன. இந்தத் தருணத்தில் நமக்கு அமெரிக்கக் கனவு அறிமுகமாகியுள்ளது. ஆனால் அமெரிக்கக் கனவு குறிப்பிடும் வெற்றி என்பது நமக்குப் போதவில்லை. வாழ்க்கை என்பது வெற்றி மட்டுமல்ல என்கிற ஏதோவொன்று நமக்குள் செயல்படுகிறது. இன்றைய வாழ்வின் நெருக்கடி இதிலிருந்து உருவாகிறது என்று சொல்லலாம். ஏதோ விடுபட்ட ஒன்றைக் காப்பாற்ற வேண்டி வருகிறது. இன்றைய படைப்பாளியின் பொறுப்பு தீர்மானிக்கப்பட்ட வாழ்வின் வெற்றி உருவாக்கும் நெருக்கடியை எதிர்கொள்வது என்று நினைக்கிறேன்.

● படைப்பாளியின் செயல்பாடு என்பதைக் குறிப்பிட்ட வரையறைக்குள் தீர்மானித்துவிட முடியும் என்று நினைக்கிறீர்களா?

இல்லை. படைப்பாளிக்கு எல்லாக் காலத்திற்குமான பொதுவான செயல்பாடு என்று ஒன்று கிடையாது. சமூகத்தில் ஒப்புக்கொள்ளப்பட்டு உள்ளவற்றுக்கு எதிரான காரியத்தைத்தான் செய்ய வேண்டுமென்று அவசியமில்லை. அத்தகைய செயல்பாட்டுக்கு இணையான செயல்பாட்டைச் செய்யவேண்டும். வரலாற்றில் நிரப்பப்படாத ஒன்றைப் பதிலீடு செய்கிறவனாகத்தான் படைப்பாளி இருந்து வந்திருக்கிறான்.

● தமிழில் இதனை எப்படி அர்த்தப்படுத்துவீர்கள்?

அமெரிக்கக் கனவுக்கு எதிரான கனவை நமது மரபுகளிலிருந்து உருவாக்குபவனையே தமிழ்ப் படைப்பாளி என்று இன்று அர்த்தப்படுத்த முடியும். படைப்பாளியால் மட்டுமே செய்ய முடிந்த பணி இது. வேறு எந்தத் துறை சார்ந்தவர்களும் இந்த நெருக்கடியை எதிர்கொள்ள முடியும் என்று தோன்றவில்லை. அதற்கான படைப்பு முயற்சிகள் தமிழில் நடந்துவருகின்றன. மிகவும் குழப்பமான தன்மையில் நடந்துவருகின்றன என்று சொல்லலாம். தமிழில் முறையான ஆசிரியர்கள் இல்லை. அரசியல்வாதிகள் இல்லை. இத்தகைய சூழ்நிலையில் தெளிவாகவோ தெளிவில்லாமலோ கனவை எட்டிப் பிடிப்பதற்கு படைப்பாளி முயற்சி செய்துகொண்டிருக்கிறான்.

வாழ்வை எதிர்கொள்வது, சமூகத்தை எதிர்கொள்வது என்று பல்வேறு வார்த்தைகளில் தெளிவற்ற நிலையில் பேசுகிறான். ஆனால் அடிப்படையில் அவன் கனவை எட்டிப் பிடிப்பதற்கான செயல்பாட்டில் இருக்கிறான். படைப்பாளியை அங்கீகரிக்கப்படாத கனவின் வலி நிறைந்த இடமாக இருக்கிறான் என்று சொல்லலாம். இத்தகையதொரு செயல்பாட்டில் இருப்பவனையே இன்றைய வாழ்வின் கலைஞன் என்று சொல்ல முடியும். இதனை லத்தீன் அமெரிக்கப் படைப்பாளிகள் செய்திருக்கிறார்கள். அதை முன் மாதிரியாக நாம் உணர வேண்டும். எங்களுக்கு ஒரு கடவுள் இருந்தார், பின்பு அவர் மரித்தார். எங்களுக்குத் தேவைப்பட்டால் எங்கள் கடவுளையும் கனவையும் நாங்கள் மீண்டும் படைத்துக்கொள்வோம் என்று ஃபுயூண்டஸ் ஒரு உரையாடலில் கூறியிருக்கிறார்.

● படைப்பு என்கிற அளவில் மிகக் குறைவான பங்களிப்பையே செய்துவந்திருக்கிறீர்கள்? ஆனால் இலக்கியச் சூழலில் தொடர்ந்து செயல்படுவதன் மூலம் பாதிப்பை நிகழ்த்த உங்களால் முடிந்திருக்கிறது. உங்கள் எண்ணங்கள், அபிப்ராயங்களை முக்கியமாக எடுத்துக்கொள்கிற மாணவர்களும் இலக்கியவாதிகளும் உள்ளார்கள். ஜெயமோகனின் 'விஷ்ணுபுரம்' நாவல் வெளிவந்தபோது அதன் ஆரம்பக் கட்டத்திலேயே முக்கியமான நாவல் என்று சொன்னீர்கள். அது போல நீங்கள் முக்கியமாகக் கருதுகிற படைப்புகளுக்கு இலக்கிய மாணவர்கள் மத்தியில் செல்வாக்கு உள்ளது. இது எவ்வாறு சாத்தியமானது என்று சொல்லுங்கள்?

நீங்கள் சொல்கிற அளவுக்கு இலக்கிய மாணவர்கள் என்னுடைய அபிப்ராயங்கள் பேரில் மதிப்பு கொண்டுள்ளார்களா என்று எனக்குத் தெரியவில்லை. அப்படியிருந்தால் மகிழ்ச்சிதான். மிகக் குறைவாகவே எழுதியிருக்கிறேன். நான் எழுதும்போதும் சரி, எழுதாதபோதும் சரி தமிழ் இலக்கியச் சூழலோடு என்னை ஈடுபடுத்தி வந்திருக்கிறேன். ஒருபோதும் தமிழிலக்கியம், சிந்தனை சார்ந்த சூழலிலிருந்து விலகி இருந்ததில்லை. பலர் விலகி இருந்திருக்கிறார்கள். விலகி இருந்த பலர் அவர்கள் விலகியிருந்த காலங்களில் அவர்கள் விலகியிருந்தார்கள் என்பதாலேயே சிறுபத்திரிகை இயக்கத்தைக் கிண்டல், கேலி எல்லாம் செய்திருக்கிறார்கள். கேவலமான ஒரு விஷயம் இந்த இயக்கம் என்று பார்த்திருக்கிறார்கள். அவர்கள் இருந்தபோது நல்லாயிருந்தது இப்போது கெட்டுப் போய்விட்டது என்கிற மாதிரி. இத்தகைய பார்வைகள் வெறுப்பூட்டுகின்றன. தங்களை நியாயப்

படுத்திக்கொள்ளத் தோதான செய்திகளை, செயல்பாடுகளை மட்டுமே பார்ப்பது, அவர்கள் இல்லாததை மறுப்பது, அழிக்க முனைவது. சமயவேல் கவிதை எழுதுவதை நிறுத்திவிட்ட சமயத்தில் இனி தமிழில் கொஞ்சகாலம் யாரும் கவிதை எழுதாமல் இருக்கலாம் என்று சொன்னார். இந்த மனோபாவம் புரியும்படியாய் இல்லை. இதற்கு நீங்கள் வேண்டுமானால் நிறுத்திக்கொள்ளுங்கள். புதியவர்கள் எழுதுவார்கள் என்றுதான் சொல்ல வேண்டும். படைப்பிலக்கியம் என்பது குறிப்பிட்ட சில தனிநபர்களோடு முற்றுப் பெறுகிற செயல்பாடில்லை. தொடர்ந்து அது நிகழ்ந்துகொண்டிருக்கும். எனது மதிப்பீடுகளில் இந்த எண்ணம் தொடர்ந்து வலுவாக இருந்து வந்துள்ளது. சிறுபத்திரிகை இயக்கம் மூலமாகத்தான் தமிழில் படைப்பிலக்கியத்தைச் செயல்படுத்த முடியும். இதன் மூலமாகத்தான் நாம் ஏதாவது செய்ய முடியும்.

● **அமெரிக்கக் கனவு, தமிழ்ப் படைப்புலகம் பற்றிய உங்கள் எண்ணங்களைத் தொடர்ந்து இயல்பாகவே ஒரு கேள்வி எழுகிறது. மறுமலர்ச்சி காலத்திற்குப் பின்பு ஏற்பட்ட கலை எழுச்சிகளில் உலகத்தரம் என்று ஒன்றைத் தொடர்ந்து பேசி வந்திருக்கிறார்கள். க.நா.சு.விலிருந்து சு.ரா.வரை அதனை ஓங்கி வற்புறுத்தியிருக்கிறார்கள். எப்போதுமே நாம் தாழ்ந்தவர்கள் நம்மிலும் உயர்வான இடத்துக்கு நாம் நகர்ந்து செல்லமுடியாது என்கிற தாழ்வுணர்ச்சி தமிழ்ப் படைப்பாளிகளிடம் செயல்படுகிறது என்று சொல்லலாமா? தாழ்ந்து பறக்கும் தமிழ்க்கொடி, மேல் நோக்கிய பயணம் இத்தகைய பதங்கள் நமக்குத் தெரிவிக்கும் செய்தி என்ன என்று கருதுகிறீர்கள்?**

முதலாவதாக, கலை இலக்கியச் செழுமையில் நாம் பாரம்பரியமும் தொன்மையும் உயர்வும் பெற்றிருந்தவர்கள் என்பதைப் புரிந்து கொள்ள வேண்டும். நம் மொழி வளமானது; அபாரமானது. நம்முடைய கட்டடக் கலைச் சிறப்புக்கு எவ்வளவோ சாட்சியங்கள் இருக்கின்றன. நம்முடைய சோழர் கால வெண்கலச் சிற்பங்களும், பல்லவர் காலக் கல் மற்றும் சுதைச் சிற்பங்களும் உலகத்தரமானவை. ஆக, நாம் தாழ்ந்திருந்ததில்லை. நாட்டார் கலைகள் இன்று அறியப்படுகிற நிலையிலேயேகூட ஒத்திசைவும், பேரழகும், உக்கிரமும் கொண்டிருக்கின்றன என்பதையும் கவனத்தில் கொள்ளவேண்டும்.

அதே சமயம், அந்நிய ஆதிக்கத்தாலும், கால மாற்றத்தாலும், புதிய கல்விமுறைத் திணிப்பாலும் பல துறைகளிலும் மனிதவளச்

செயல்பாடுகளில் நாம் தேங்கிப்போனோம். இதனையடுத்த சமூகக் கலாசார வீழ்ச்சியால் 18ஆம் நூற்றாண்டில் திசை தெரியாது திகைத்தும் குழம்பியும் நின்றோம். 19ஆம் நூற்றாண்டில் நிகழ்ந்த மேற்கத்திய சிந்தனைகளின் பாதிப்பினையடுத்து, சமூகம், மதம் குறித்த சீர்திருத்தங்களுக்கும், அரசியல், பொருளாதாரம் குறித்த விழிப்புணர்ச்சிக்கும் பங்காற்றக்கூடிய மன விழைவைப் பெற்றோம். 19ஆம் நூற்றாண்டின் இறுதியிலிருந்து கலை இலக்கியத் தளங்களில் வெளிப்பாடுகள் நிகழத் தொடங்கின. அச்சமயத்தில் கலைமரபின் தொடர்ச்சியிலிருந்து துண்டுபட்டுவிட்டிருந்த இரு நூற்றாண்டுகளின் அதல பாதாளம் நம்முன் விரிந்துகிடந்ததையும், கலை இலக்கிய வெளிகளில் பெரும் மௌனம் உறைந்திருந்ததையும் நாம் கணக்கில் கொள்ள வேண்டும்.

இப்பின்னணியில் நவீன கலை ஊடகங்களைக் கையிலெடுத்தவர்கள் அரசாங்கக் கல்வி பெற்ற மேல்சாதியினர்தாம். குறிப்பாக, பிராமணர்கள். தம் கால மனித இருப்பு குறித்த பெரும் நெருக்கடிகளை அடையாளம் காணும் ஆளுமையோ, சுரணையோ இவர்களுக்கு இல்லாமல் போனது. நவீனத்துவ சிந்தனை இவர்களைத் தீண்டியிருந்தால் தம் சாதி சார்ந்த குற்ற உணர்விலிருந்து இவர்கள் தப்பியிருக்க முடியாது. ஆனால் அப்படியேதும் உருவாகவில்லை. அதாவது, நவீனத்துவத்தின் உள்ளார்ந்த தீவிர பாதிப்புக்கு ஆளாகாமலேயே நவீன ஊடகங்களில் இவர்கள் செயல்பட்ட முரணிலிருந்து நம் தாழ்ச்சி துவங்குகிறது. மாறாக, வரலாற்றில் தங்கள் இனம் ஒரு சமூகத்துக்கிழைத்த அநீதிகளை இவர்கள் அறிந்துணர்ந்திருந்தால் அதில் இருந்து விளைந்திருக்கக்கூடிய பொதுக் குற்ற உணர்வு இவர்களை ஆட்கொண்டிருந்திருக்கும்; ஜெர்மானியர்களுக்கு நிகழ்ந்ததைப் போல. அப்போது இவர்களால் தம் காலத்தையும் தம் கால மனிதனையும் ஸ்பரிசித்திருக்க முடியும். மேலான படைப்புகள் உருவாகி இருக்கும். தமிழில் மிகச்சிறந்த, உலகத்தரமிக்க நாவலாசிரியர்கள் தோன்றி இருப்பார்கள். ஆக, யார் பொறுப்பு என்று நாம் உணர வேண்டும். நமது மரபில் இசையிலும், நிகழ்த்துகலைகளிலும், ஓவியத்திலும், வாய்மொழி இலக்கியத்திலும் தலித் கலைஞர்கள் அபார வல்லமை காட்டி இருக்கிறார்கள். இன்றும் ஆற்றல்மிக்க கலைஞர்களாக இருக்கிறார்கள் என்பதை இந்த இடத்தில் நாம் நினைவில் கொள்ள வேண்டும். மேலும், நான் இரண்டாவது தலைமுறையாக அரசாங்கக் கல்வி கற்க முடிந்த அனுகூலத்திலிருந்து, எனக்குப் பிடிபட்ட உலகத்திலிருந்து உருவான பார்வையை உரையாடி வருகிறேன் என்பதையும் நீங்கள் நினைவுகொள்ள வேண்டும். ஆக,

நாம் தாழ்ந்தவர்கள் இல்லை. தாழ்த்தப்பட்டவர்கள். நம் படைப்புகளை நாம் உருவாக்கும்போது இந்தத் தாழ்ச்சி புறமொதுங்கிவிடும்.

● பொதுவாக ஆளுமைகள் பற்றிய உங்கள் எழுத்துகள், மொழிபெயர்ப்புகள் ஆகியவற்றில் சில பொதுத் தன்மைகளை வாசகர்கள் அடையாளப்படுத்துகிறார்கள். அதில் ஒன்று நீங்கள் தோல்வியடைந்தவர்களால் வசீகரிக்கப்படுகிறீர்கள் என்பது. மற்றொன்று அர்த்தத்தை உருவாக்குவதிலிருந்து வெளியேறுகிறீர்கள் என்பது. 'நடைவழிக் குறிப்புகள்' என்கிற ஆளுமைகள் பற்றிய நூல், ஆங்கிலம் வழி தமிழில் மொழிபெயர்த்த 'நவீன உலகச் சிறுகதைகள்' ஆகியவற்றில் மேற்கண்ட இந்த எண்ணங்கள் வலுப்பட வழியிருப்பதாகக் கருதப்படுகிறது.

எனது அனுபவத்தில் இதனைத் 'தவறான வாசிப்பு' என்றே கருதுகிறேன். அர்த்தங்களை உருவாக்குவதில் தீவிரம் காட்டிய படைப்புகள் எனது மொழிபெயர்ப்பில் வெளிவந்துள்ளன. உதாரணத்திற்கு டெடுயூஸ் பரோவ்ஸ்கியின் 'இரவு உணவு' சிறுகதை. அதுபோல 'குழந்தை' என்கிற டொனால்டு பார்த்தெல்மேயுடைய சிறுகதை, உருவாக்கப்பட்ட அர்த்த அடுக்குகளை விட்டு வெளியேறுகிற கதை என்று சொல்லலாம். மேற்படி கேள்விக்காக இப்படிச் சொல்கிறேனே தவிர இந்தக் கதைகளின் அர்த்தங்களை இவ்வளவு எளிமையாகக் குறுக்குவதற்கு எனக்கு மொழிபெயர்ப்பாளன் என்கிற வகையில் உரிமை ஏதுமில்லை. ஆனால் ஒரு செய்தியைத் தெளிவுபடுத்த விரும்புகிறேன். குறிப்பிட்ட திட்டவட்டமான நோக்கங்களை முன்வைத்து எதையும் மொழிபெயர்க்கவில்லை. அப்படியான ஆர்வமும் எனக்கில்லை. படைப்பு சார்ந்த தீவிரத்தால் அடையும் பாதிப்பிலிருந்து எனது பணி தொடங்குகிறது. அர்த்தங்களை நோக்கி நகர்வதற்கு எந்த அளவு முக்கியத்துவம் உண்டோ அதுபோல அர்த்தங்களை விட்டு வெளியேறுவதற்கும் மதிப்பு உண்டு என்பது எனது நம்பிக்கை.

● உதாரணமாக ராமானுஜத்தின் ஓவிய ஆளுமை பற்றிய உங்கள் கட்டுரை?

ஓவியர் ராமானுஜம்மீது எனக்கு மதிப்பு அதிகம். தமிழ் ஓவியர்களில் கவனிப்பு பெற்றிருக்க வேண்டிய, ஆனால் முழுமையான புறக் கணிப்புக்கு உள்ளான முக்கியமான ஓவியர். முற்றிலும் அர்த்தத்துக்கு வெளியே நகர்வதில் தீவிரம் காட்டியவர் அவர். புறவுலகம் என்று அர்த்தப்படுத்தி வரும் உலகத்தைக் கடுமையாக அவரும் புறக்கணித்தார்.

'நடைவழிக் குறிப்புகளி'ல் நான் குறிப்பிட்டுள்ள ஆளுமைகளைத் 'தோல்வியடைந்தவர்கள்' என்று சொல்ல முடியாது. தமிழ்ப் படைப்புலகுக்கு முக்கியமான பங்களிப்பு செய்தும் தமிழ்ச் சமூகம் போற்றத் தவறியவர்களைப் பற்றிக் குறிப்பிட்டிருக்கிறேன். ஒரு கேள்வி உங்களைத் திருப்பிக் கேட்கிறேன். க.நா.சு., ஜி. நாகராஜன், பிரமிள் ஆகியோர் படைப்பு ரீதியில் தோல்வியுற்றவர்களா என்ன?

ளெகீகமான வெற்றி படைப்பில் கணக்கிலெடுக்கப்படுவதில்லை. ப.சிங்காரம் பற்றி எனது கட்டுரையைப் படித்த பிறகு தமிழ் வாசகர்கள் பலர் ப. சிங்காரத்தின் மீது கவனம் செலுத்தினார்கள். இது எனக்கு மகிழ்ச்சியளித்தது. எழுதுவது தவிர எழுத்தாளனுக்கு வேறு நோக்கம் ஏதுமில்லை என்று எண்ணி வாழ்ந்தவர் சிங்காரம். இன்று தமிழ் எழுத்தாளர்கள் பலர் இத்தகைய அறங்களில் வீழ்ச்சியடைவது வருத்தமளிக்கிறது.

● உலக இலக்கியங்களில் முக்கியமான ஆளுமைகள் என்று யார் யாரைக் கருதுகிறீர்கள்?

தாஸ்தாயெவ்ஸ்கியையும் ஃப்ரன்ஸ் காஃப்காவையும் உலக இலக்கியங்களில் முக்கியமான இரு ஆளுமைகளாகக் கருதுகிறேன். தாஸ்தாயெவ்ஸ்கியின் நெருக்கடி என்பது முற்றிலும் அறம் சார்ந்தது. தாஸ்தாயெவ்ஸ்கியை 19ஆம் நூற்றாண்டின் குழந்தை என்று சொல்லலாம். அவருடைய காலகட்டத்தில்தான் கடவுள் இல்லை என்று சொல்லப்பட்டது. கடவுள் என்று ஒருவர் இருந்தால் நன்மை தீமை, சரி தவறு என்பது இருக்கும். கடவுள் இல்லை என்கிறபோது எல்லாமே சரி என்றாகிவிடும். இது அவருக்கு நெருக்கடியாக மாறுகிறது. அவருக்குப் பதில் கிடைக்கவில்லை. 'மெய்மை ஒருவேளை கிறிஸ்துவை நிராகரித்தாலும் நான் கிறிஸ்துவின் பக்கமே நிற்பேன்' என்று அடிக்கடி சொல்கிறார். 'கரமசோவ் பிரதர்ஸ்' நாவலில் அநேகமாக கடவுள் தோல்வியடைகிறார். நாவலின் எல்லாப் பகுதிகளிலும் கடவுளுக்கு எதிரான தன்மை வலுமிக்கதாக இருக்கிறது. அலோஸ்யா என்ற கதாபாத்திரம்தான் தாஸ்தாயெவ்ஸ்கியை பதிலீடு செய்கிற ஒரு பாத்திரம். அவன் பல இடங்களில் நாவலில் வீழ்ச்சியடைகிறான்.

படைப்பில் ஆசிரியருக்கு என்று ஒரு விருப்பம் உள்ளது. அந்த விருப்பத்தைத் தாண்டி படைப்புக்கென்று ஒரு விருப்பம் இருக்கிறது. அதற்கென்று ஒரு ஞானம் இருக்கிறது. தன்னிச்சையான போக்கு இருக்கிறது. தாஸ்தாயெவ்ஸ்கி படைப்பை உருவாக்கும் தன்னுடைய விருப்பத்திற்காகவும் ஞானத்திற்காகவும் படைப்பின் ஞானத்தை

இடைமறிப்பதில்லை. அதை வளர விடுகிறார். படைப்பு உருவாக்கும் நெருக்கடிகளை எதிர்கொள்ளத் துணிகிறார். ஒரு நிகழ்வைப் பார்த்துக்கொண்டிருப்பது போல இருக்கிறார். படைப்பின்மீது அவர் தன்னுடைய ஞானத்தை ஏற்றி வைக்கவில்லை. அதன் மூலம் உளவியல் யதார்த்தம் என்பது தாஸ்தாயெவ்ஸ்கிக்கு வசப்படுகிறது. ஃபிராய்டு போன்ற உளவியல் அறிஞர்கள் வருவதற்கு முன்பே அவர்கள் வளர்த்தெடுத்த தத்துவங்களை தாஸ்தாயெவ்ஸ்கி தனது படைப்புகள் மூலம் கண்டடைகிறார்.

நவீன உலக மனிதனின் இருப்புதான் காஃப்காவின் கவனமாகிறது. எவ்வளவு விதமான சாத்தியங்களுக்கு மனித இருப்பை நகர்த்த முடியும்? பிறப்பு, உடல், நிறம், மரணம் எதுவுமே நமது தேர்வில் இல்லை. நமது இருப்பு மட்டும்தான் குறைந்தபட்சம் நமது தேர்வில் இருப்பதுபோல தோன்றுகிறது. ஆனால் மனித இருப்பை சட்டதிட்டங்களால் சமூகம் இறுக்குகிறது. திட்டமிடுகிறது. அப்போது குறிப்பிட்ட வாய்ப்புகளேயுள்ள வாழ்வை வாழத் தள்ளப்படுகிறோம். இருப்பை சமூகம் பறித்துவிடுகிறது. இந்த நிலையில் மனிதன் தன் வாழ்விற்கான சாத்தியங்களை விஸ்தரித்துக் கொண்டு போவதன் மூலமாகத்தான் அர்த்தத்தை ஏற்படுத்திக்கொள்ள முடியும். இதனை காஃப்கா எதிர்கொள்கிறார். தன் காலத்திய உலகமே ஒரு அலுவலகமாக மாறிவிட்டதாக காஃப்கா கருதுவதாக மிலன் குந்தேரா குறிப்பிடுவது மிகச் சரியான கணிப்பு.

தாஸ்தாயெவ்ஸ்கியின் உலகம், காஃப்கா உலகம் ஆகிய இந்த இரண்டின் அடிப்படையில்தான் அதன் பிறகு உருவான படைப்பாக்க முயற்சிகள் எல்லாம் இருக்கிறதென்று சொல்லலாம். இந்த இருவருக்கும் இடையேயுள்ள ஒரு வித்தியாசம். தாஸ்தாயெவ்ஸ்கி யின் பாத்திரம் குற்றம் செய்துவிட்டுத் தண்டனையை நோக்கிப் போய்க்கொண்டிருப்பான். அதிலுள்ள குற்றவுணர்வு நொய்மை ஆகியவற்றோடு. இறுதியில் அவனுக்குத் தண்டனை கிடைக்கும். இதற்கு நேர்மாறாக காஃப்காவின் கதாபாத்திரத்திற்கு தண்டனை முதலில் கிடைத்துவிடுகிறது. அவனுக்குக் குற்றம் என்ன என்று தெரியாது. அவன் என்ன குற்றம் செய்தான் என்பதாகப் படைப்பு நகர்கிறது. இருவருக்குமிடையில் இருப்பது இந்தச் சிறிய திருகல்தான். ஆனால் இருவருமே படைப்பு இழுத்துக்கொண்டு போகும் திசை நோக்கி நகர்ந்துபோகிறவர்கள்.

பின்பு வந்த முக்கிய படைப்பாளிகள் இந்த இரண்டு குணாம்சங்களின் அடிப்படையில்தான் செயல்படுகிறார்கள்.

எழுத்துமுறை, வடிவம் எல்லாம் வேறுபட்டாலும் அடிப்படை இதுதான். போர்ஹே கற்பனைவழி செயல்பட்டாலும் அவர் அவ்வாறு செயல்படுவதற்கான காரணம் என்ன? யூகரீதியிலான பிரபஞ்சங்களை பெரிய விளையாட்டுக்காரனாக போர்ஹே உருவாக்குகிறார். இதில் அவருக்கு ஒட்டுதலும் வலியும் இல்லை என்று தோன்றுகிறது. மனித இருப்புக்கான சாத்தியங்களை விஸ்தரிக்கிற ஒரு முறைதான் அது. தொல்கதைகள், விந்தை சார்ந்து இடாலோ கால்வினோ எழுதுகிறார். இப்படி ஒவ்வொருவரும் சொல்லுதல் முறையில் மாறுபடுகிறார்கள். கால்வினோவின் எழுத்து முறை நமக்கு முக்கியமானது என்று கருதுகிறேன். நமது கதையை நாம் உருவாக்க வேண்டும் என்பதற்கு கால்வினோ ஒரு முன்னோடி. இவர்கள் ஒவ்வொருவருக்கும் முக்கியத்துவம் உண்டு. பொதுவான ஒரு புரிதலுக்காக தாஸ்தாயெவ்ஸ்கி, காஃப்கா என்று பிரித்துக் கொள்கிறேன்.

● தமிழ் சார்ந்து இத்தகைய படைப்பு மனோபாவம் பற்றிச் சொல்லுங்கள்...

எனது வாசிப்புப் பழக்கத்திலிருந்து தமிழில் ஜெயமோகனின் 'விஷ்ணுபுரம்' படித்தபோது மிகச்சிறிய வயதிலேயே வலுவான படைப்பை உருவாக்கியிருக்கிறார். முக்கிய படைப்பாளியாக அவர் மாறுவதற்கான வாய்ப்பு இருக்கிறது என்ற நம்பிக்கை ஏற்பட்டது. இப்படியொரு படைப்பை உருவாக்கியதற்கான எந்த அடையாளமும் அவரிடம் அப்போது இல்லை. நாவலைப் படித்துவிட்டு அவரைச் சந்தித்து உரையாடியபோது உரையாடல் உற்சாகமற்றதாக இருந்தது. இவரா இந்தப் படைப்பை உருவாக்கினார் என்று நண்பர்களிடம் சொல்லியிருக்கிறேன். இதிலிருந்து என்ன தெரிகிறதென்றால் படைப்பின் விருப்பத்திற்கும் ஞானத்திற்கும் இடமளிக்கும் போது படைப்பு தன்னை உருவாக்கிக் கொள்கிறது. 'புயலிலே ஒரு தோணி' படித்துவிட்டு ப. சிங்காரத்தை சந்தித்தபோதும் இப்படித்தான் இருந்தது. சிங்காரத்தை விடவும் ஞானம் மிக்கது அவருடைய படைப்பு. இதற்கு மாறாக, தன்னுடைய படைப்புகளை விடவும் புத்திசாலியாக சுந்தர ராமசாமி இருக்கிறார். இது துரதிர்ஷ்டவசமானது.

படைப்பு, தான் உருவாக்கிக் கொள்ளும் அறிவைப் படைப்பாளிக்குத் தரவும் முயற்சி செய்கிறது. படைப்புக்கு இடமளிப்பது என்பதை எப்படிப் புரிந்துகொள்வது என்றால் கரமசோவ் பிரதர்ஸ் நாவலில் வரும் அலோஸ்யா, இவான் என்கிற

இரண்டு கதாபாத்திரங்களும் படைப்பாளியின் கையை மீறி வளர்வதில் இருந்து புரிந்துகொள்ள முடியும். யேசுகிறிஸ்துவை கேள்வி கேட்கிற இவானுடைய உரைநடைப் பகுதி ஆர்வமூட்டக் கூடியது. இது வரைக்குமான உரைநடையில் அந்த அளவுக்கு சிறந்த உரைநடை இல்லை என்று சொல்லுமளவுக்கு அது முக்கியமான பகுதி. டால்ஸ்டாயின் அன்னாகரினாவில், அன்னாவை மோசமான பெண் என்று சித்தரிப்பதுதான் டால்ஸ்டாயின் நோக்கம், நிலைப்பாடு. ஆனால் முடிவில் படைப்பில் அன்னா புரிந்துகொள்ளப்பட வேண்டியவள் என்கிற மேலான நிலை ஏற்படுகிறது. படைப்புக்கு இடமளிக்கப்படும்போது முன்கூட்டிய நிலைப்பாடுகளைத் தாண்டி படைப்பு தன்னை உருவாக்கிக்கொள்கிறது.

ஜெயமோகனின் 'விஷ்ணுபுரம்' நாவலில் அவர் படைப்புக்கு இடமளித்திருக்கிறார். அதன்பிறகு வந்த இரண்டு நாவல்களிலும், 'பின்தொடரும் நிழலின் குரலிலும்' சரி, 'கன்னியாகுமரி' நாவலிலும் சரி இவர் என்ன யோசிக்கிறாரோ அதையே நகர்த்திக்கொண்டு போகிறார். படைப்புக்கு இடம் தரப்படவே இல்லை. இன்றைக்குத் தமிழின் சாதாரண எழுத்தாளன்கூட இந்தத் தவறைச் செய்வதில்லை. படைப்பில் பிரதியின் விருப்பத்தை மீறி தன்னை முன்னிலைப்படுத்துவதில்லை. 'கன்னியாகுமரி' கருத்து சார்ந்த நாவல் இல்லை என்றாலும் அதில் செயல்படும் ஜெயமோகனின் மனோபாவம் அதேதான். ஒவ்வொரு கதாபாத்திரமும் என்ன செய்யவேண்டுமென்று அவர் நினைக்கிறாரோ அதைத்தான் நிகழ்த்துகின்றன. யோசிக்கிறேன் என்று ஒரு படைப்பாளி தன்னை முன்னிறுத்தும் போதே படைப்பிலிருந்து உண்மைகள் வெளியேறி விடுமென்று தோன்றுகிறது. ஒரு பிரதி பல்வேறு யோசனைகளுக்கானதாக உருவாகும்போதுதான் உண்மைக்கான வாய்ப்புகள் ஏற்படுகின்றன. இதிலிருந்து சரிந்தவை ஜெயமோகனின் 'பின் தொடரும் நிழலின் குரல்,' 'கன்னியாகுமரி' ஆகிய நாவல்கள். சுந்தர ராமசாமியின், 'ஜே.ஜே.: சில குறிப்புகளு'க்கு ஏற்பட்டதும் இப்படியான ஒரு வீழ்ச்சிதான். ஆரம்பத்தில் எனக்குப் பிடித்தமான நாவல் அது. ஆனால் கடந்த ஏழு எட்டு வருடங்களாக அது முக்கியமான நாவலா என்று சந்தேகமாக இருக்கிறது. கருத்துரீதியிலான தகவல்களை அது அடுக்கிக்கொண்டே போகிறது. அதில் வாசகனுக்கு மயக்கம் ஏற்படுகிறது. இந்தக் கருத்துகளுக்கு நாம் நகர்ந்தபிறகு இந்தப் பிரதியை வாசிக்கும் அவசியமற்றுப் போகிறது. 'ஜே.ஜே. சில குறிப்புகள்' ஃபிரெஞ்சில் மொழிபெயர்க்கப்பட்டது. ஆனால் அதை வெளியிட அங்கு யாரும் தயாராக இல்லை. அது அவர்களுக்குத் தேவையில்லை.

ஆர்.ஷண்முகசுந்தரம் எழுத்துபற்றி சுந்தர ராமசாமி சொன்ன ஒரு வாக்கியம் சிறந்த வாக்கியம். ''ஷண்முகசுந்தரம் எழுதுகிற ஒரு கிராமத்தின் வாழ்க்கைக்குள் நான் போய்விட்டால் அவருடைய நாவல் எனக்கு அவசியம் இல்லாமல் போய்விடும்'' என்று சொல்லியிருக்கிறார். இது இன்று சுந்தர ராமசாமிக்கும் பொருந்தும். ஜே.ஜே.வில் சொல்லப்பட்ட கருத்துகளுக்கு ஒருவர் வேறு முகாந்திரங்கள் மூலமாக வரமுடியுமானால் சு.ரா.வை வாசிக்கும் அவசியமில்லாமல் போய்விடும். இப்பவும் ஒரு புது வாசகனுக்கு அது மயக்கத்தை ஏற்படுத்தும். ஆனால் அந்த வாசகனுக்கே அவனுடைய வளர்ச்சியினூடாக சில வருடங்களில் அது தேவைப் படாமல் போகும்.

நவீன இலக்கியத்தில் காலம் நிராகரித்த எழுத்தாளர்கள், கலைஞர்கள் பலர் உள்ளார்கள். தமிழில் சி. மணி, வைதீஸ்வரன் போன்றோரை இப்படியாகப் புதிய வாசகர்கள் இனம் காண் கிறார்கள். சிற்றிதழ்களில் பரவலாக்கப்படும் யுவன் எல்லாம்கூட சி. மணியின் தயாரிப்புதான். சி.மணியைக்கூட பொறுத்துக் கொள்ளலாம். எலியட்டின் பாதிப்பில் அவர் எதையெதையோ செய்ய நினைத்தார். கவிதைகளில் யுவன் தத்துவச் சிக்கல்களை பாசாங்காக உருவாக்க முயலுகிறார். வாழ்க்கையில் அவருக்குத் தத்துவச் சிக்கலோ ஆன்மீக நெருக்கடியோ இல்லை என்பதைத்தான் அவரது கவிதைகள் வெளிப்படுத்துகின்றன. இவர் நான் யோசிக்கிறேன் யோசிக்கிறேன் என்று சொல்லிக்கொண்டே இருக்கிறார். ஆனால் இந்த யோசனைகளுக்கு ஊடாகக் கவிதை வெளியேறிவிடுவது பரிதாபம்.

● தற்காலத் தமிழ் இலக்கியத்தில் உங்களுக்குப் பிடித்த மானவர்கள் பற்றிச் சொல்லுங்கள்.

மனித வாழ்க்கையானது ஒரு பொறியில் மாட்டிக்கொண்டுவிட்டதைப் போல் ஆகிவிட்ட இன்றைய உலகில் மனித இருப்பின் சாரம் பற்றிய தீவிர விசாரணையை மேற்கொள்வதன் மூலம் மனித இருப்புக்கான மாறுபட்ட சாத்தியப்பாடுகளையும், கனவுகளையும் வசப்படுத்தும் ஓர் அருமையான கலை வடிவம் நாவல். ஆனால் நாவல் கலை விடுக்கும் சவாலை எதிர்கொள்ளும் தீவிர படைப்பாளுமை நம்மிடம் உருவாகவில்லை. எனினும் சம்பத் 'இடைவெளி'யிலும், ப.சிங்காரம் 'புயலிலே ஒரு தோணி'யிலும், நகுலன் 'நினைவுப்பாதை', 'வாக்குமூலம்' போன்ற நாவல்களிலும், ஜெயமோகன் 'விஷ்ணுபுரத்திலு'ம் சில எல்லைகள் வரை நாவல் ஊடகத்தினூடாகப் பயணம் செய்திருக்கிறார்கள். இவர்கள் தவிர,

தி.ஜானகிராமன், சுந்தர ராமசாமி, ஜி.நாகராஜன், அசோகமித்திரன் போன்றோர் குறிப்பிடத்தக்கவர்கள்.

தமிழ்ச் சிறுகதைப் பரப்பு, நவீன தமிழ் இலக்கியத்தில் வளமானது. மௌனி, புதுமைப்பித்தன் என்ற இரு படைப்பு மேதைகளால் அதன் ஆரம்பக் கட்டத்திலேயே ஒரு மகத்தான மரபு ஸ்தாபிக்கப்பட்டுவிட்டது. இந்த மரபின் தொடர்ச்சியாக சில பிராந்தியங்களை விஸ்தரித்தவர்கள் தி. ஜானகிராமன், கு. அழகிரிசாமி, ஜெயகாந்தன், சுந்தர ராமசாமி, ந. முத்துசாமி, அசோகமித்திரன், வண்ணநிலவன் ஆகியோர். கற்பனையின் சாத்தியங்களிலும், தன் படைப்புலகம் சார்ந்து உள்ளார்ந்து பயணம் மேற்கொண்டு மொழியின் சாத்தியங்களை விஸ்தரித்தவர் என்ற முறையிலும் மௌனி தமிழ்ச் சிறுகதையின் சிகரம்.

2000 ஆண்டுகளுக்கும் மேலாகக் கவிமொழி கொண்டது நம் தமிழ். நவீன தமிழ்க் கவிமொழியாளனுக்கு இது பலம்; சவால்; பலவீனம். காலத்துக்கும் மனிதவாழ்வுக்கும் மொழிக்குமான உறவைப் பேணுவதில் நவீன தமிழ்க் கவிஞர்கள் அப்படியொன்றும் சோடை போய்விடவில்லை. பிரமிளும் நகுலனும் நவீன தமிழ்க் கவிமொழியில் பிரதானமானவர்கள்; கலாப்ரியாவும் விக்ரமாதித்யனும் குறிப்பிடத்தகுந்தவர்கள்.

நவீன தமிழ் இலக்கியப் பரப்பில் ஒட்டுமொத்தமாக மௌனி, பிரமிள், நகுலன், சம்பத் ஆகியோரை மிகச் சிறந்த ஆளுமைகளாகக் கருதுகிறேன்.

● இன்றைய சமகாலப் படைப்பாளிகள் பற்றி நீங்கள் என்ன நினைக்கிறீர்கள்?

கடந்த பத்திருபது ஆண்டுகளில் படைப்பு மொழியினூடாகப் பயணப்பட்டுக் கொண்டிருப்பவர்களில் (அதாவது நாவலில் சு.ரா.வின் 'ஜே.ஜே: சில குறிப்புகள்' நாவலுக்குப் பின், சிறுகதையில் வண்ணநிலவனின் 'பாம்பும் பிடாரனும்' தொகுப்புக்குப் பின், கவிதையில் கலாப்ரியாவுக்கும் விக்ரமாதித்யனுக்கும் பின் குறிப்பிடத் தகுந்தவர்கள் என்று இதை வரையறுத்துக் கொள்ளலாம்.) கோணங்கி, பிரேம்–ரமேஷ், எஸ்.ராமகிருஷ்ணன் ஆகியோர் மாறுபட்ட எழுத்துமுறை, சொல்லாடல் மூலம் கவனிக்கப்பட வேண்டியவர்களாக முன்நிற்கிறார்கள். மாறுபட்ட சாத்தியங்களை முன்னிறுத்துவது எல்லாத் தளங்களிலுமே கவனிக்கப்பட வேண்டியதுதான். ஆனால் கவனிப்பைத் தாண்டிய விகாசங்களை அவர்களுடைய படைப்புகள் பெறமுடியவில்லை என்றுதான் தோன்றுகிறது. அதாவது

ஊடகரீதியிலான சாத்தியங்களை விரிவுபடுத்துவதன் மூலம் வாழ்வு ரீதியிலான சாத்தியங்களை விசாலப்படுத்தும் செயல்பாடு இவர்களின் படைப்புகளில் அமையவில்லை. அதேசமயம், மரபுரீதியிலான சொல்லாடலின் தொடர்ச்சியாக 'விஷ்ணுபுரம்' நாவலின் மூலம் ஜெயமோகன் தமிழ் நாவலின் பரப்பை விரிவுபடுத்தியிருக்கிறார். ஒரு நாவலாசிரியருக்குரிய அடிப்படை மனோபாவத்திலிருந்து பிறழ்ந்து, தொடர்ந்து அகந்தையோடு அவர் இரண்டு நாவல்களை உருவாக்கியுள்ள போதிலும், 'விஷ்ணுபுரம்' நாவல் மூலம் ஜெயமோகன் முக்கியமானவர் என்பதில் சந்தேகமில்லை. கவிதையைப் பொருத்தவரை மரபின் தொடர்ச்சியிலிருந்து நீட்சி பெற்றிருப்பவர் யூமா. வாஸுகி என்று தோன்றுகிறது. நாட்டார் மரபுகளிலிருந்து துடிப்பான உக்கிரமான விசேஷமான குரலாக வெளிப்பட்டுக் கொண்டிருக்கும் கவிமொழி என். டி. ராஜ்குமாருடையது. இவர்கள் குறிப்பிடப்பட வேண்டியவர்கள். மேலும், தனிப்பட்ட முறையில் நட்பினூடாக, உள்ளார்ந்த கவித்துவ மனோபாவம் மிக்கவர்களாக லஷ்மி மணிவண்ணனையும், சங்கரராமசுப்ரமணியனையும் அடையாளம் காணமுடிகிறது. சமீபத்தில் படித்த 'கண்டராதித்தன் கவிதைகள்' மிகுந்த நம்பிக்கை ஏற்படுத்திய தொகுப்பு. தமிழ்ச் சிறுகதையின் வளமான மரபு காரணமாக இன்றும் குறிப்பிடத்தகுந்த கதைகள் வெளிவந்துகொண்டிருக்கின்றன. அதேசமயம் இன்றைய பிரதானமான சிறுகதைப் படைப்பாளி என்று எவரையும் விசேஷமாக முன்னிறுத்த முடியவில்லை.

● தமிழ் எழுத்தாளர்கள் ஆரம்ப காலத்தில் தீவிரத்தன்மையோடு சில காரியங்களைச் செய்துவிட்டு வயது ஏற ஏற சரிந்துவிடுகிறார்கள். அதன் பிறகு நல்லாசிரியர் விருது, ஞானபீடம், இன்னுமுள்ள குறுநிலப் பரிசுகள் என்று தாங்கள் ஆற்றிய பணிகளுக்காக அரசாங்க அனுகூலங்களை நோக்கிக் கவனம் செலுத்துகிறார்கள். இவர்கள் வாசகர்களுக்கு சிபாரிசு செய்யும் பிற நாட்டு, பிற மொழிப் படைப்பாளிகளின் ஆளுமைகளோ தங்கள் வாழ்வின் கதியைத் தொடர்ந்து மாற்றிக்கொண்டேயிருக்கிறது?

தமிழ்ப் படைப்பாளி தனது 30 வயதிற்குள் எதிர்கொண்ட அனுபவங்களைத்தான் வாழ்நாள் முழுதுக்கும் இழுத்துச் செல்கிறான். மேலும் சமூகத்தின் சட்டதிட்டங்களுக்குள் தன்னை சுருக்கிக்கொள்கிறான். குறிப்பிட்ட ஒருவழிப் பாதை இவனுக்குப் போதுமானதாகி விடுகிறது. இதையே பிறருக்கு வற்புறுத்தவும் செய்கிறான். இது துரதிர்ஷ்டவசமானது. இதன் காரணமாகத்தான் தமிழ் வாழ்வின் சாத்தியங்களை விஸ்தரிப்பதில் கணிசமாகத்

தோல்வி அடைந்திருக்கிறோம். தனது சிறிய வயதில் 'மோகமுள்' என்கிற முக்கியமான நாவலை எழுதிய ஜானகிராமன் அதிலிருந்து மேலும் முக்கியமான இடங்களுக்கு நகர்ந்திருக்க வேண்டும். ஆனால் அது நிகழவில்லை. அதன் பிறகுள்ள அவரது படைப்புகள் எல்லாம் மோகமுள்ளிலிருந்து ஏற்பட்ட சரிவுதான். இதோடு நீங்கள் தாஸ்தாயெவ்ஸ்கியை ஒப்பிட்டுப் பார்த்தால் அவருடைய நாவல்களின் சிகரமான 'கரமசோவ் பிரதர்ஸ்' நாவல்தான் அவர் கடைசியாக எழுதிய நாவல்.

● சிறுபத்திரிகை எழுத்தாளர்களையும் வெகுஜன எழுத்தாளர்களையும் எப்படிப் பிரித்துப் பார்க்கிறீர்கள்?

தமிழ் எழுத்தாளர்களை வசதி கருதிப் பொதுவாக மூன்று பிரிவுகளாகப் புரிந்துகொள்ளலாம். தீவிரமான எழுத்தாளர்கள், வெகுஜன எழுத்தாளர்கள், இந்த இரண்டு நிலைகளுக்கும் இடைப்பட்ட எழுத்தாளர்கள். இடைநிலை எழுத்தாளர்கள் வெகுஜன ஊடகங்களில் எழுதுகிற அதே சமயத்தில் அவ்வப்போது தீவிரமான சில பக்கங்களை எழுதிவிடுபவர்களாக இருப்பார்கள். தமிழில் இப்படியான வகை தொடர்ந்து வந்திருக்கிறது.

மௌனி தீவிர எழுத்தாளர்தான். ஒரு காலத்திலும் அவர் வெகுஜன எழுத்தாளராவதற்கு வாய்ப்பில்லை. சிறுபத்திரிகைகளில் மட்டும்தான் மௌனி எழுதமுடியும். பிரமிளின் ஒரு கவிதையைக்கூட வெகுஜன இதழ்கள் போட முடியுமென்று தோன்றவில்லை. நிர்பந்தம், தேவை காரணமாக பிரசுரிக்கப்படுவது பற்றி நான் குறிப்பிடவில்லை. நகுலன் இயல்பாகவே சிறுபத்திரிகைகளில் மட்டுமேதான் எழுத முடியும். இன்றைக்கு கோணங்கியிடம் பிடிபடாத்தன்மை இருப்பதால் அவரும் சிறுபத்திரிகைக்குள் வருகிறார். மற்றபடி, மௌனி, பிரமிள், நகுலன் ஆகியோர் பிடிபடாத் தன்மையுடன் கூடவே படைப்பு சார்ந்த தீவிரத்தைக்கொண்டிருக்கிறார்கள். மொழியின் சாத்தியத்தை விரிவுபடுத்துகிறார்கள்.

புதுமைப்பித்தன், அசோகமித்திரன், சுந்தர ராமசாமி, ஜெயகாந்தன் எல்லாம் ஒருவகையைச் சேர்ந்தவர்கள். ஜெயகாந்தன் இயல்பாகவே வெகுஜன எழுத்தாளராகி விட்டார். ஜெயகாந்தனுக்கும் சுந்தர ராமசாமி, அசோகமித்திரன், புதுமைப்பித்தன் ஆகியோருக்குமிடையில் பெரிய வேறுபாடெல்லாம் ஏதும் கிடையாது. உருவத்தில், கச்சிதத் தன்மையில் வேண்டுமானால் வித்தியாசங்கள் இருக்கலாம். வடிவத்தில், தொழில்நுட்பத்தில் ஜெயகாந்தனைவிடச் சற்று மேம்பட்டவர்கள்

இவர்கள். இப்போது நடுத்தர இதழ் என்று ஒன்று பேசப்படுகிறது இல்லையா. இதில் எழுதுகிறவர்களாக இவர்கள் இருந்திருக்க வேண்டும். இவர்களை அவ்வப்போது வெகுஜன இதழ்களும் பயன்படுத்திக் கொள்ளும். நமது துரதிர்ஷ்டம் இவர்கள் எல்லாருமே சிறுபத்திரிகை இயக்கத்திற்குள்தான் இருந்துகொண்டிருக்கிறார்கள். தமிழில் தீவிர எழுத்தாளர்கள் என்று நினைக்கப்படுகிற பெரும்பாலோர் நடுத்தர எழுத்தாளர்கள்தாம்.

ஒரு ஆரோக்கியமான சூழல் நிலவும் சமூகத்தில் கலாப்ரியா, விக்ரமாதித்யன் ஆகிய கவிஞர்கள் வெகுஜனக் கவிஞர்களாக இருப்பதற்குத் தடை ஏதுமில்லை என்றுதான் நினைக்கிறேன். வைரமுத்து வெற்றிகரமான வெகுஜனக் கவிஞர் என்றால் இவர்கள் அதற்கு அடுத்த கட்டத்தில் வெகுஜனக் கவிஞர்களாகவும் குறிப்பிடத்தகுந்தவர்களாகவும் இருந்திருப்பார்கள். அப்படியிருந்திருந்தால் இந்தக் கவிஞர்களும் நிம்மதியாக இருந்திருப்பார்கள். மேலும் கூடுதலாகவும் செயல்பட்டிருப்பார்களென்று தோன்றுகிறது. இவர்களைத் தீவிர எழுத்து என்று போட்டு அடைத்ததால் அவர்களுக்கும் துன்பம், சூழலுக்கும் நெருக்கடி. சுந்தர ராமசாமியை எல்லாம் தீவிர எழுத்தாளராக வாழ்ந்தாகணும் என்ற ஒரு கட்டாயத்தை அவர்மேல் விதித்திருந்தோம். அப்படியில்லாமல் எளிமையான, நடுத்தர இதழுக்குரிய எழுத்தாளராக அவர் இருந்திருந்தால் வெகுஜன வாசகர்களும் தீவிர வாசகர்களும் கவனிக்கக்கூடிய ஆளாக இருந்திருப்பார். சிறுபத்திரிகை இயக்கம் இப்போது வெகுஜன இதழுக்குப் போய்ச் சேரப் பயிற்சி எடுக்கிற களமாகத் தமிழில் சிதைந்து விட்டிருக்கிறது. சிறுபத்திரிகை எனும் வெளி எதற்கானதோ அதற்கான பணி செய்யப்படவில்லை. மேற்படி எழுத்தாளர்களும், எந்தவகையான வெளியிலும் செயலாற்ற முடியாது என்கிற எழுத்தாளர்களும்தாம் தமிழ்ச் சிறுபத்திரிகைகளை அடைத்துக்கொண்டு நிற்கிறார்கள்.

பாலகுமாரன் 'கசடதபற'வில் எழுத ஆரம்பித்தார். அவருக்கு வாய்ப்பு கிடைத்தபோது அவர் வெகுஜன எழுத்தாளராகிவிட்டார். பலருக்கு வாய்ப்பு உருவாகாமல் அல்லல்படுகிறார்கள். ஆனால் அவரவர் தன்மை சார்ந்து அந்தந்த இடங்களுக்குப் போய்விடலாம். போய்விட்டால் நல்லது. தேவையில்லாத சிலுவைகளைத் தூக்கிக்கொண்டு அலைய வேண்டியதில்லை. பிரேம்–ரமேஷ், சிறுபத்திரிகையில் மட்டும்தான் செயல்பட முடியும். வெகுஜன ஊடகங்களுக்குச் செல்வதற்கு அவர்கள் எவ்வளவு பிரயத்தனப்பட்டாலும் அது சாத்தியமில்லை. அவர்கள் எழுத்தின் தன்மை காரணமாக வெகுஜன இதழ்கள் வெளியே தள்ளிவிடும். இவர்கள்தாம் சிறுபத்திரிகை எழுத்தாளர்கள்.

● கலாப்ரியாவையும் விக்ரமாதித்யனையும் குறிப்பிடத்தகுந்த கவிஞர்கள் என்றீர்கள். இப்போது அவர்கள் வெகுஜன எழுத்தாளர்களாகச் செயல்பட்டிருக்க வேண்டியவர்கள் என்கிறீர்கள்?

ஒரு ஆரோக்கியமான சூழல் நிலவும் சமூகத்தில் என்று சொன்னேன். அதே சமயம் அனுசரணையற்ற இன்றைய சூழலிலும்கூட ஜெயகாந்தனால் வெகுஜன எழுத்தாளராகவும் குறிப்பிடத்தகுந்த படைப்பாளியாகவும் எல்லாவற்றுக்கும் மேலாக ஒரு கம்பீரமான ஆளுமையாளராகவும் தன்னை நிலைநிறுத்த முடிந்திருப்பதை யோசித்துப் பாருங்கள். அப்போது நான் சொன்னதில் முரணேதுமில்லை என்பதைப் புரிந்துகொள்ள முடியும்.

● உங்களோடு பேசிவரும்போது வெகுஜன எழுத்தாளர்கள், நடுத்தர எழுத்தாளர்கள், தீவிர எழுத்தாளர்கள் பிரிவுகள் எல்லாமே குழம்பிப் போய்விட்டதான உணர்வு ஏற்படுகிறது.

ஆமாம். அந்தக் குழப்பத்தைப் பற்றித்தான் பேசுகிறேன். வெகுஜன இதழ்கள் தற்போது பல எழுத்தாளர்களை சுவீகரிக்க ஆரம்பித்த பிறகு இந்தக் குழப்பம் மேலும் அதிகமாகிவிட்டது. வண்ணதாசன் வெகுஜன எழுத்தாளராக ஆகியிருக்க வேண்டியவர். அவருக்குரிய நுட்பங்களோடு வெகுஜன இதழ்களில் அவர் செயல்பட்டிருக்க முடியும். பிரபஞ்சனை எடுத்துக்கொண்டால் வெகுஜன எழுத்தாளர் தான். ஆனால் அவர் வெகுஜன பத்திரிகைகளில் எழுதாமல் புத்தகங்கள் மட்டுமே போட்டுக்கொண்டு இருந்தார் என்றால் சிறுபத்திரிகை எழுத்தாளர் ஆகிவிடலாம். அப்படி இருக்கிறது நம் பார்வை. இதில் இருக்கிற சோகமான குழப்பத்தைத்தான் பேசுகிறேன். இந்த வீழ்ச்சி பின்னாடி உருவானதுதான். பிரபஞ்சன், வண்ணதாசனின் தொடர்ச்சியாக இப்போது க.சீ.சிவகுமார் வந்திருக்கிறார்.

● எழுத்தைப் பொருத்தவரையில் நீங்கள் பாகுபடுத்திப் பார்க்கிறது சில புரிதல்களுக்கு உபயோகமாக இருக்கிறது. வெகுஜன வாசகன், நடுத்தர வாசகன் இப்படி. ஆனால் சார்லி சாப்ளினோட 'மாடர்ன் டைம்ஸ்' எல்லாத் தளத்திலேயும் செயல்படும் தன்மையோடு இருக்கிறதே. நீங்கள் சொல்லும் வகைப்பாடுகளைப் படைப்பை முன்னிட்டு பொதுமைப்படுத்த முடியுமா என்று சந்தேகமாக இருக்கிறது.

ஜானகிராமனின் எழுத்துகளிலும் எல்லா வாசகனுக்குமான ஒன்றுக்கு மேற்பட்ட தன்மைகள் உள்ளன. அனேகமாக எல்லோரும் உறவை

ஏற்படுத்திக்கொள்ளும் தன்மை சாப்ளின் படைப்புகளுக்கு இருக்கிறது. ஆனால் இன்றைக்கு ஒரு ஜானகிராமனோ சாப்ளின் படத்தைப் போல ஒரு படமோ உருவாகி முக்கியத்துவம் பெற முடியாது. ஆரம்ப காலத்தில் அந்தக் கலைஞர்களுக்குக் கிடைத்த வசதிகள் அவை. இன்றைய கலைஞன் அந்த வசதிகளைப் பயன்படுத்த முடியாது என்றுதான் தோன்றுகிறது.

● மீண்டும் உரையாடலின் ஆரம்பத்திற்கு நகர வேண்டி வருகிறது. உரையாடலின் ஆரம்பத்தில் நீங்கள் நாட்டார் மரபிலிருந்து நமது கனவை, கடவுளைக் கண்டடைய முடியும் என்று வலியுறுத்தினீர்கள். அதிலிருந்து உரையாடல் பின்னர் வேறு திசைகளை நோக்கி நகர்ந்துவிட்டது. இலக்கியம், சமூக உணர்வு போன்றவற்றைப் பற்றிய உங்கள் கருத்துகளைப் பரவலாகப் பேசியிருக்கிறோம் என்று நினைக்கிறேன். நாட்டார் மரபிலிருந்து நமது கதை சொல்லும் முறையை எவ்வாறு அடைவது என்று சொல்லுங்கள்?

நமது பிராந்திய மரபுகளில் செவ்வியல் மரபு, செவ்வியல் சமயம் ஆகியவற்றின் பங்கு மிகக் குறைவு. 80 சதமான மக்கள் தமிழகத்தில் நாட்டார் சமயத்தைச் சேர்ந்தவர்கள். ஒரே கடவுள் என்கிற கருத்து இவர்களுக்கு இல்லை. தலைவனுக்கு ஒரு கடவுள் என்றால் தலைவிக்கு வேறொரு கடவுள். நாட்டார் மரபில் பன்முகத்தன்மை என்பது இயல்பானது. செவ்வியல் மரபு, செவ்வியல் சமயம் என்பது ஓர் உண்மை என்கிற கருத்தை முன்வைத்து ஒழுங்குபடுத்தப்பட்ட, திட்டமிடப்பட்ட மேல் நிலையொன்றை நிறுவுவதுதான். செவ்வியல் சமயங்கள், பெருஞ்சமயங்கள் அனைத்தும் ஒரே கடவுளைப் பின்தொடரச் சொல்லி வற்புறுத்துகின்றன. ஓர் உண்மை, அதுவே பேருண்மை என்று அதை அடைய முயலுவதை வற்புறுத்துகின்றன. மீதமுள்ள உண்மைகளைப் பொய் என்று அறிவிக்கின்றன. ஒரே உண்மை என்பது விஞ்ஞான அடிப்படைகளற்ற ஒரு தர்க்கமுறை. இதனால்தான் நவீன கால தர்க்க முறைகள் அனைத்தையும் கேள்விக்குள்ளாக்கும் ஒரு அணுகுமுறை நவீனத்துவத்திற்குப் பிறகு எழுச்சி பெற்றிருக்கிறது. நாட்டார் சமயங்கள் இறுக்கங்கள் அற்றவை. வெகுமக்கள் சமயமான நாட்டார் சமயங்கள் ஒரே உண்மை என்பதற்குப் பதிலாக எண்ணற்ற உண்மைகளும் எண்ணற்ற கடவுள்களும் நிறைந்தவை. இதைப் புரிந்துகொள்வதில் நமக்கு ஏற்பட்டிருக்கும் தாமதம், இழப்பு ஆகியவை சாதாரணமானவை அல்ல.

கடவுள் இறந்துவிட்டார் என்று அறிவிக்கப்பட்டபோது, அதற்கும் நமக்கும் தொடர்பில்லை. ஐரோப்பிய கடவுள் இறந்தார், அவ்வளவுதான். ஒரே உண்மையை வற்புறுத்திய கடவுள் மரித்தார். நம்முடைய வெகுமக்கள் கடவுள்களான இசக்கி, சுடலைமாடன், முனீஸ்வரன், கொலையுண்ட தெய்வங்கள் யாருமே பகுத்தறிவால் பாதிப்புக்கு உள்ளாகவில்லை. இறக்கவுமில்லை. நாட்டார் மரபில் உக்கிரம் என்பதும் பன்முகத்தன்மை என்பதும் முக்கியமான கலாசார வெளிப்பாடுகள் ஆகும். வாழ்வை அதன் சகல சாத்தியங்களோடும் நாட்டார் மரபு எதிர்கொள்கிறது.

பெருஞ்சமயத்தில் கொலைகளை அறமாக ஏற்றுக்கொள்வதில்லை. ஆனால் சுடலைமாடன் கொலை செய்யக்கூடியவர். நாட்டார் மரபு கவனிப்புக்குள்ளாகாமல் போனது துரதிர்ஷ்ட வசமானது. மறுமலர்ச்சி காலகட்டத்தில் சமஸ்கிருத, பிராமணிய பாதிப்புகளிலிருந்து உருவான எழுத்தாளர்கள் பலருக்கு நாட்டார் மரபு பொருட்டாகப் படவில்லை. அவர்கள் செவ்வியல், பெருஞ்சமய 'ஓருண்மை' என்பதையே வலியுறுத்தினார்கள். 'ஓருண்மை, அதுவே பேருண்மை' என்பது மனித வாழ்வுக்கு எதிரான வன்முறை ஆகும். அது போலவே பிராந்திய அம்சங்களின் தரப்பாகத் தங்களை ஸ்தாபித்த திராவிட இயக்கம் பகுத்தறிவு காரணமாக நாட்டார் மரபைக் கிண்டல் செய்தது. இவ்வாறாக மறுமலர்ச்சி காலகட்டம் பல முனைகளிலிருந்தும் நாட்டார் மரபில் இருந்து படைப்புகள் உருவாவதற்குத் தடையாக இருந்தது. இத்தடைகளை மீறும்போது வாழ்வின் சாத்தியங்களை அதிகப்படுத்திக் கொள்ளும், வாழ்வை விசாலப்படுத்தும் படைப்புகளை, கனவுகளை உருவாக்கும் படைப்புகளைத் தமிழ் கண்டடையும்.

(சென்னை இணையதளம், 2000)

நேர்காணல்: 2

('இனிய உதயம்' இதழுக்காக மேற்கொள்ளப்பட்டது.)
நேர்கண்டவர்: சிவதாணு.

● பெரும்பாலான எழுத்தாளர்களின் ஆரம்பம் கவிதையாகத்தான் இருக்கிறது. உங்களுடைய ஆரம்பம் என்னவாக இருந்தது?

என்னுடைய இருபத்திரெண்டு, இருபத்தி மூன்று வயதில் முதலில் கவிதைதான் எழுதினேன். கலாப்ரியா நடத்திய 'நிர்மால்யம்,' ராஜமார்த்தாண்டன் நடத்திய 'கொல்லிப்பாவை' போன்ற சிறுபத்திரிகைகளில் கவிதைகள் எழுதினேன். அதன் பிறகு கவிதையோடு படைப்பு உறவு வேண்டாம் என்று விட்டுவிட்டேன். கவிஞர் விக்ரமாதித்யன் 'தூக்கப் பாக்கிகள் என்று எழுதியவன் ஏன் தொடர்ந்து எழுதாமல் போனான்' என்று என்னைப் பற்றிக் கவிதை எழுதியிருக்கிறார். ஆனால் கடந்த ஒரு மாதமாகத் தற்போது தொடர்ந்து கவிதை எழுதிக்கொண்டிருக்கிறேன். உரைநடை எழுத்தாளர்கள் கவிதையைக் கையாள வேண்டும். அப்போதுதான் கவிதைகள் வேறு சில சாத்தியங்களைச் சென்றடையும் என்று தீவிரமாகக் கவிதை எழுதிக்கொண்டிருக்கும் இந்தத் தருணத்தில் எனக்குத் தோன்றுகிறது. கவிஞர்களிடமிருந்து உடனடியாகக் கவிதையை அபகரிக்க வேண்டும்.

● அமெரிக்கா, ஐரோப்பா போன்ற நாடுகளில், 'எடிட்டர்' என்று அழைக்கப்படும் பதிப்பாசிரியர்கள் பலர் இருக்கிறார்கள். உதாரணமாக இத்தாலியப் பதிப்பாசிரியரான ராபட்டோ கலாசோவைச் சொல்லலாம். தமிழ்ச் சூழலில் பதிப்பாசிரியர்கள் இடம் உணரப்படாமலே இருந்தது. பதிப்பாசிரியன் பணி வெட்டி, தொகுப்பதை மட்டுமே ஒரு கடமை நிறைவேற்றம் போல் செய்யப்பட்டு வந்தது. நீங்கள் அதை கலாபூர்வமாகவும்

அழகியல் தன்மையுடனும் நிகழ்த்தினீர்கள். இது நீங்கள் விரும்பி ஏற்றுக்கொண்டதா? அல்லது உங்கள் மேல் திணிக்கப்பட்டதா?

சுந்தர ராமசாமி 'ஜே.ஜே: சில குறிப்புகள்' என்றொரு நாவலை எழுதி முடித்துவிட்டு, அச்சுக்காக ஒரு பிரதியை க்ரியா ராமகிருஷ்ணனுக்கு அனுப்பினார். அப்போது நான் மதுரையில் இருந்தேன். இன்னொரு பிரதியை என் வாசிப்புக்காக அனுப்பினார். அதோடு இணைத்து அனுப்பிய கடிதத்தில் அவருடைய மகள் சௌந்தராவைத் திருமணம் பண்ணி அனுப்பிய பிறகு அவருடைய மனநிலை எப்படி இருந்ததோ அதே மனநிலையை இந்தப் பிரதியை அனுப்பிய பிறகு இப்போது உணர்கிறேன் என்ற அர்த்தத்தில் குறிப்பிட்டிருந்தார். அந்தக் கால கட்டத்தில் எனக்கு சுந்தர ராமசாமி ஆதர்ச படைப்பாளியாகவும், நட்புக்குரியவராகவும் இருந்தார். அந்தப் பிரதியை நான் படிக்கும்போது அதில் சில சிக்கல்கள் இருப்பதைக் கவனித்தேன். அதை அவருக்கு உடனடியாகத் தொலைபேசியில் தெரிவித்தேன். உடனே சுந்தர ராமசாமி க்ரியா ராமகிருஷ்ணனுக்கு 'stop printing' என்று தந்தி கொடுத்தார். என்னிடம் 'நீங்கள் நாகர்கோவிலுக்கு வர முடியுமா?' என்று கேட்டார். உடனே நான் நாகர்கோவிலுக்குப் போய் அவரும், நானுமாக அந்தப் பிரதியில் இருந்த சிக்கல்களை சாதுர்யமாக நிவர்த்தி செய்தோம். அப்போது க்ரியா ராமகிருஷ்ணன் கடிதம் மூலமாகவும், தொலைபேசி மூலமாகவும் எங்களோடு தொடர்பில் இருந்தார். இதன் பிறகுதான் க்ரியா ராமகிருஷ்ணன் தன்னுடன் பணியாற்ற வரும்படி என்னை அழைத்தார். அதன் பிறகு சென்னைக்கு வந்து க்ரியாவில் எடிட்டராகப் பணியாற்றினேன். அது என் மனோபாவத்துக்கும் என் வளர்ச்சிக்கும் துணையாக இருந்தது. எடிட்டிங் என்பது என் மனம் விரும்பி ஏற்கும் ஒரு காரியமாகத்தான் இருந்திருக்கிறது.

அச்சேறுவதற்கு முன்பு பிரதிகளைச் செம்மைப்படுத்துவதை க்ரியா ஒரு பொறுப்பாக உணர்ந்திருந்தது. எடிட்டிங் என்பது தணிக்கை என்ற அர்த்தத்திலேயே அறியப்பட்டிருக்கும் தமிழ்ச் சூழலில் தன்னை ஊனப்படுத்தும் காரியமாகவே இச்செயலைப் படைப்பாளி கருதுகிறார். உண்மையில் திருத்தம் செய்வதென்பது பக்க நிர்ணயங்களுக்காகவோ ஒழுக்கம், அரசியல் போன்ற வரையறைகளுக்காகவோ பிரதியை வெட்டிச் சிதைப்பதல்ல. மாறாக பிரதியில் நேர்ந்துவிட்ட சிடுக்குகளை விடுவிப்பதும் படைப்புலகின் இசைமைக்கு அனுசரணையானதுமான ஒரு செயல்பாடுதான் எடிட்டிங். மேலைநாடுகளில் எடிட்டிங் என்பது பதிப்புத்துறையில் முக்கியமான தொழில்சார் அம்சமாக

இருக்கிறது. படைப்பாளிகள் சிலர் தங்களுக்கென்று பிரத்யேகமான எடிட்டர்களைக் கொண்டிருக்கிறார்கள். எடிட்டர்களின் கால அவகாசத்துக்காகப் படைப்புகள் காத்திருக்கின்றன. இங்கு எடிட்டிங் என்பது குறுக்கீடாகவும், தணிக்கையாகவுமே அறியப்பட்டும் உணரப் பட்டுமிருக்கிறது.

● உங்களுடைய ஒரு நேர்காணலில் நீங்கள், 'அங்கீகரிக்கப்படாத கனவின் வலி நிறைந்த இடமாகப் படைப்பாளி இருக்கிறான்' என்று கூறியிருந்தீர்கள். அதை விளக்கிச் சொல்ல முடியுமா?

ஒரு படைப்பாளியின் மிகச் சிறந்த செயல்பாடும், பங்களிப்பும் அவன் தன்னுடைய படைப்பூக்கத்தைச் செழுமைப்படுத்தியபடி படைப்பாக்கத்தில் முனைப்புடன் ஈடுபடுவதிலேயே தங்கியிருக்கிறது. அவனுடைய வாழ்வின் பிரதானமான தேர்வு ஒரு படைப்பாளியாகத் தன்னை முன்னிறுத்தும் செயல்பாட்டிலேயே அர்த்தமுள்ளதாக அமைகிறது. காலமும் சமூகமும் இத்தேர்வை அசட்டை செய்து அவனிடம் குரூர முகம் காட்டுகிறபோதிலும், பெரும் கருணையுடன் தன் படைப்புமொழி வழியாக அவற்றை வளப்படுத்த முன்வருகிறான் அவன். இருபதாம் நூற்றாண்டின் மிக முக்கியமான பிரெஞ்சு தத்துவவாதியான டெல்யூஸ், 'நம் வாழ்க்கைக்கான வேறுபட்ட சாத்தியங்களைக் கலை இலக்கியம், தத்துவம், விஞ்ஞானம் இந்த மூன்றும்தான் தரமுடியும்' என்கிறார். விஞ்ஞானம் தரும் மாற்றங்களை ஏற்றுக்கொள்ளும் மனிதன் கலை, இலக்கியம், தத்துவம் சார்ந்து செயல்படும் படைப்பாளி வேறுபட்ட சாத்தியங்களை முன்வைக்கும் கனவுகளை ஏற்கவோ, அங்கீகரிக்கவோ முடியாத நிலையே இன்றளவும் காணப்படுகிறது. அந்த வலியோடுதான் படைப்பாளி தன் செயல்பாடுகளை நிகழ்த்திக்கொண்டிருக்கிறான்.

● நாகர்கோவிலில் லஷ்மி மணிவண்ணனின் 'சிலேட்' புத்தக வெளியீட்டு விழாவில் என்ன நடந்தது? பலர் பல மாதிரி சொல்கிறார்கள். உண்மையில் அங்கு என்னதான் நடந்தது?

ஒரு நிகழ்வு என்பது நிகழ்ந்தது மட்டும்தான். உண்மையில் என்ன நடந்தது என்று எதுவும் சொல்ல முடியாது. அந்த நிகழ்வைப் பலர் பலவிதமாகப் பேசுவார்கள். ரோஷமான் படம் போல ஒரு நிகழ்வு நடப்பதும் அதைப்பற்றிப் பல குரல்கள் பேசுவதும் போன்றதுதான் எந்த ஒரு நிகழ்வும். இதில் உண்மை, பொய் என்று எதுவும் பிரிக்க முடியாது. பங்கேற்பாளர்களின் மனநிலைக்கேற்ப ஒரு நிகழ்வு

பலவித கோலங்கள் கொள்ளும். அதில் உண்மைத்தன்மை பற்றி அறியவேண்டிய அவசியமில்லை. மாறாக அதைச் சொல்லும் மனோபாவங்களை மட்டும் கவனத்தில் கொண்டால் சுவாரசியமாக இருக்கும். நீங்கள் கேட்பது 'சிலேட்' விழாவில் நடந்ததைப்பற்றி இல்லை. அதற்கு அடுத்த நாள் நடந்ததைப் பற்றிக் கேட்கிறீர்கள் என்று நினைக்கிறேன். அன்று நான், அங்கு இல்லாததால் உங்களைப் போலவே பல மனோபாவங்களின் வெளிப்பாடுகளை மட்டுமே சொல்லக் கேட்டிருக்கிறேன். அதனால் அந்த நிகழ்வு குறித்து என்னுடைய கதையை நான் சொல்ல முடியவில்லை.

● **நீங்கள் சிறுகதை, கட்டுரை, கலை விமர்சனம், மொழி பெயர்ப்பு என்று எழுத்தின் பல்வேறு தளங்களில் இயங்கி வருகிறீர்கள். நாவல் எழுதாதது ஏன்? ஐரோப்பாவில் சென்ற நூற்றாண்டிலேயே நாவல் செத்துவிட்டது என்று அறிவித்தார்கள். அதுதான் காரணமா?**

எழுதாதற்கு எழுதவில்லை என்பதுதான் காரணம். நான் சின்ன வயதிலேயே படைப்புலக மேதைகளின் படைப்புகளை ஓரளவு படித்திருந்ததனால், அதைக் கடந்துசெல்லும் படைப்பை என்னால் உருவாக்க முடியுமா? என்ற தயக்கம் ஒரு காரணமாக இருக்கலாம். பொதுவாக நான் படைப்பிலக்கியத்தில் அதிகமாக ஈடுபடவில்லை. அல்லது என் சோம்பேறித்தனத்திற்கு அது ஒரு சாக்காக இருக்கலாம். இப்போது நம்மைச் சுற்றிப் பெரும் ஆவிகளாகத் திரியும் மேதைகளுக்கு மானசீகமாகப் படையல்களைப் போட்டு விட்டு எழுதலாம் என்ற யோசனையோடுதான் இருக்கிறேன்.

1960இல் மார்ஷல் மெக்லுகன் என்பவர் நாவல் ஏற்கெனவே செத்துவிட்டதாக ஒரு கட்டுரை எழுதினார். இது பிரிட்டிஷ் இலக்கியத்தை அடிப்படையாகக் கொண்ட கருத்து என்பதை நாம் கவனத்தில் கொள்ளவேண்டும். ஆங்கில இலக்கியம் அந்நிய மொழிகளின் உயரிய பாதிப்புகளைப் பெற்றுக் கொள்ளாததே இதற்கு முக்கிய காரணம். நடுத்தர வர்க்க எழுத்தாளர்கள், நடுத்தர வர்க்க மக்களைப் பற்றி, நடுத்தர வர்க்க வாசகர்களுக்காக எழுதப்பட்ட நாவல்கள்தான் எல்லாமே. காலத்தின் நெருக்கடிகளையோ, அதை உணரும்போது ஏற்படும் அதிர்வுகளையோ அந்தப் படைப்பாளிகள் கொண்டிருக்கவில்லை என்பதுதான் காரணம். இது தற்போதைய தமிழ்ச் சூழலுக்கும் பெருமளவு பொருந்தும். நாவல் செத்துவிட்டது என்று ஏற்றுக்கொண்டால், அதே அறுபதுகளிலும், அதனைத் தொடர்ந்தும் லத்தீன் அமெரிக்க இலக்கியங்களில் ஏற்பட்ட

எழுச்சிகள் நாவல் இன்னும் உயிரோடுதான் இருக்கிறது என்பதற்கான ஆதாரங்கள் அல்லவா! அறுபதுகளில் பிரிட்டிஷ் இலக்கியம் எந்தவித ஆரோக்கியமான பாதிப்புகளையும் ஏற்றுக்கொள்ளாமல் பின்தங்கியிருந்த அதே சமயத்தில், அமெரிக்க இலக்கியம் ஜேம்ஸ் ஜாய்ஸ், காஃப்கா, நபக்கோவ், இன்னும் குறிப்பாக போர்ஹே ஆகியோரின் பாதிப்பிலிருந்து தங்கள் இலக்கியத்தை வளப்படுத்திக் கொண்டார்கள் என்பதையும் கவனத்தில் எடுத்துக்கொள்ள வேண்டும். ஒரு காலத்தின் கற்பனை எல்லைகளை விஸ்தரிப்பதற்கான எல்லாவிதமான பாதிப்புகளையும் ஏற்றுக்கொண்டே செல்லும்போது எந்த ஒரு ஊடகத்திற்கும் சாவு என்பது கிடையாது. தேவைப்பட்டால் அது வேறு உருவம் எடுத்துக்கொள்ளும்.

● **ப.சிங்காரத்தின் 'புயலிலே ஒரு தோணி,' 'கடலுக்கு அப்பால்' நாவல்களை விலக்கிவிட்டு ஒரு தமிழ் இலக்கிய வரலாற்றை எழுத முடியாது என்பது என் அபிப்பிராயம். ஆனால் ப. சிங்காரம் எந்த ஒரு இலக்கியவாதியுடனோ, இலக்கியப் பத்திரிகையுடனோ எவ்விதத் தொடர்புமின்றி தனித்தே வாழ்ந்து வந்தார். அனேகமாக அவரை நெருங்கிப் போய் பழகியவர் நீங்கள் ஒருவராகத்தான் இருக்க முடியும். அவரைப் பற்றிச் சொல்லுங்களேன்?**

ப. சிங்காரம் இந்தோனேசியாவின் டைமானில் ஒரு வட்டிக் கடையில் வேலைக்குச் சென்று, பின்னர், அங்கேயே அரசு மராமத்துத் துறையில் பணிபுரிந்தார். அவருக்குப் பழந்தமிழ் இலக்கியத்தோடு மிகுந்த பரிச்சயமுண்டு. அப்போது யுத்த காலமாக இருந்தது. ஜப்பான் ராணுவம் அந்த நகரத்தின்மேல் குண்டுபோட வந்தபோது, அங்கிருந்த நூலகத்திலிருந்து ஆங்கில நாவல்களை நண்பர் ஒருவர் எடுத்து வந்து ப. சிங்காரத்திடம் கொடுத்தார். அந்த நாவல்களில் ஹெமிங்வேயின் யுத்த காலத்தை அடிப்படையாகக் கொண்ட நாவல்கள் அவரை மிகவும் ஈர்த்தன. அதெல்லாம் படித்த பிறகே அவர் தான் வாழ்ந்த யுத்த காலத்தை அடிப்படையாகக் கொண்டு நாவல் எழுதினார். அதுவரை ப. சிங்காரம் ஒரு சிறுகதையோ கட்டுரையோ எழுதியதில்லை. முதல் பிரசவத்தின் போது அவர் மனைவியும் பிறந்த குழந்தையும் இறந்து விடுகிறார்கள். இதன் பிறகே அவர் தமிழ்நாட்டுக்கு வந்து மதுரை 'தினத்தந்தி'யில் வேலை செய்தார். இறுதிக் காலம்வரை மறுமணம் செய்யாமல் தனித்தேதான் வாழ்ந்துவந்தார்.

கலைமகள்' பரிசுப் போட்டியில் அவருடைய முதல் நாவலான 'கடலுக்கு அப்பால்' முதல் பரிசு பெற்றது. அதனைத் தொடர்ந்து

அது புத்தகமாகவும் வந்தது. 'புயலிலே ஒரு தோணி' நாவலைக் கையெழுத்துப் பிரதியாக வைத்துக்கொண்டு அதைப் புத்தகமாக்கப் பெரும்பாடுபட்டார். பலமுறை விடுப்பெடுத்துக் கொண்டு சென்னை வந்து ஒவ்வொரு பதிப்பகமாக ஏறி இறங்கினார். ஒரு கட்டத்தில் அந்தக் கையெழுத்துப் பிரதி மலர்மன்னனை (பின்னாளில் '1/4' என்ற சிறந்த சிறுபத்திரிகையை நடத்தியவர்) வந்தடைந்தது. அவர் நாவலைப் படித்தார். அது அவருக்கு மிகவும் பிடித்ததால் கலைஞன் பதிப்பகம் மூலம் அது புத்தகமாக வெளிவர ஏற்பாடு செய்தார். இந்த இடத்தில் துரதிர்ஷ்டவசமான ஒரு தகவலைக் கூறியாக வேண்டும். அந்தக் காலத்தில் எழுத்துகள் அச்சில் கோக்கப்பட்டு பதினாறு பதினாறு பக்கங்களாக அடிக்கப்படும். ஒரு கட்டத்தில் நாவல் மிகவும் நீண்டு கொண்டே போவதாகப் பதிப்பாளர் கருதியதால் நாவலின் கடைசிப் பகுதியில் பெருமளவு நீக்கிவிட்டார்கள். குறிப்பாக அந்த நாவலின் நாயகன் பாண்டியன் காடுகளில் கொரில்லா யுத்தவாதிகளுடன் சேர்ந்து செயல்படும்போது ஏற்படும் பல நிகழ்வுகளைக் கொண்டது அந்தப் பகுதி. அதை இழந்தது நமது துரதிர்ஷ்டமே.

● தமிழ்ச் சூழலைப் பற்றி அதிகம் கவலைப்பட்டவர்களில் சுந்தர ராமசாமியும் ஒருவர். அவரே தன்னுடைய அந்திமக் காலத்தில் அந்தச் சூழலுக்கு அனுசரணையாகிவிட்டார் என்று யூமா வாசுகி விமர்சிக்கிறார். நீங்கள் சுந்தர ராமசாமியோடு நெருங்கிப் பழகியவர். இதைப்பற்றி உங்கள் கருத்தென்ன?

சுந்தர ராமசாமி வெகுஜன இதழ்களின் மீதான வெறுப்பை மிக ஆவேசமாக வெளிப்படுத்தியவர். தமிழ்ச் சூழலின் இழிந்த நிலை குறித்த அவருடைய இந்த ஆவேசமே, சிறுபத்திரிகை இயக்கத்தினரின் ஆதர்சமாக அவர் உருவாக முக்கிய காரணம். ஆனால் கடைசி காலங்களில் அதற்கு நேர் எதிராக நிகழ்ந்த அவருடைய சீரழிவு நாம் அறிந்ததுதான். அதன்மூலம் பல இளைஞர்களின் நம்பிக்கைகளுக்குத் துரோகம் இழைத்தவர் அவர். பிடிவாதங்களோடும், கூடுமானவரை சறுக்கிவிழும் மனோபாவம் இல்லாமலும், கலை நம்பிக்கையோடு செயல்படுபவர்கள் இன்று குறைந்துவருகிறார்கள். இதற்கு சுந்தர ராமசாமி தன்னுடைய கடைசி காலங்களில் இழைத்த துரோகம் ஒரு முக்கிய காரணம்.

● தமிழ்ச் சூழலில் கடந்த இருபதாண்டு காலமாகப் பின்நவீனத்துவம் பேசப்பட்டும், எழுதப்பட்டும் வருகிறது. இது நவீன தமிழ் இலக்கிய வளர்ச்சிக்குச் செழுமை சேர்த்திருக்கிறதா?

பின்நவீனத்துவம் என்ற வார்த்தை வெகுவாக உச்சரிக்கப்படும் அளவுக்குத் தமிழ்ப் படைப்புலகம் அதன் அம்சங்களால் செழுமை அடையவில்லை என்றே தோன்றுகிறது. அது ஒரு பெரும் எழுச்சியாக இதுவரை தமிழச் சூழலில் உருப்பெறவில்லை என்றுதான் சொல்ல வேண்டும்.

● ஒரு மொழியின் வளர்ச்சிக்கு சிறுபத்திரிகைகள் மிகமிகத் தேவையென்று தொடர்ந்து பேசி வருகிறீர்கள். இன்றைய சிறு பத்திரிகைகளின் போக்கு எவ்வாறு உள்ளது?

சிறுபத்திரிகை இயக்கம் அதன் சுழற்சியில் ஒரு இருண்ட காலகட்டத்தை அடைந்திருப்பதாகவே தோன்றுகிறது. இது ஒரு தற்காலிக நிலையே தவிர வேறில்லை. மீட்சிக்கான பாதைகளில் எந்த ஒன்றையும் இழந்து போக நாம் விட்டுவிட மாட்டோம் என்ற நம்பிக்கை இருக்கிறது.

அறங்களுக்குப் பதிலாக அதிகாரமிடுக்குகள், தார்மீகங்களுக்குப் பதிலாக சாதுர்யங்கள், அர்ப்பணிப்புகளுக்குப் பதிலாக வியாபார உத்திகள் என இன்றைய கலை இலக்கிய வியாபாரச் சந்தை கொழித்துக் கொண்டிருக்கிறது. முந்தைய தலைமுறைகளின் அர்ப்பணிப்புமிக்க உழைப்பை ஆதாய முதலாக்கி வியாபாரத்தை கன ஜரூராக நடத்திக் கொண்டிருக்கிறார்கள். இந்தச் சந்தை வியாபாரிகள் தங்கள் யானைக் கால்களால் பாதையை அடைத்துக்கொண்டிருக்கிறார்கள். ஊதிப் பெருத்து கரடுதட்டி விகாரமான யானைக்கால்களைப் புறக்கணித்து விட்டோ, உதைத்துத் தள்ளிவிட்டோ நம்பிக்கைக்குரிய பயணங்கள் தொடர்ந்து கொண்டுதானிருக்கும்.

இடைநிலைப் பத்திரிகைகளால் தமிழ் இலக்கியம் இதுவரை எந்த எல்லைகளை அடைந்திருக்கிறதோ, அந்த எல்லைகளுக்குள் மட்டுமே இருந்துகொண்டு செயல்பட முடியும். சிறுபத்திரிகைகளால் மட்டுமே நவீன இலக்கிய எல்லைகளையும் சாத்தியங்களையும் விஸ்தரிக்க முடியும். எனவே ஒவ்வொரு காலகட்டத்திலும் இலக்கியம் சிறுபத்திரிகை இயக்கத்தால் மட்டுமே தன்னுடைய அடுத்த கட்டத்திற்கு நகர்கிறது. சிறுபத்திரிகை இயக்கம் என்பது ஒரு மொழியின் வளர்ச்சிக்கு மிகவும் அத்தியாவசியமானது.

● சிற்றிதழ் பற்றி இவ்வளவு உயர்வாகப் பேசும் நீங்கள் 'புனைகளம்' என்றொரு சிற்றிதழ் கொண்டுவந்தீர்கள். இடையில் கொஞ்ச காலம் அது வரவில்லை. என்ன காரணம்?

'புனைகளம்' மிகுந்த பேராசையுடன் ஆரம்பிக்கப்பட்டது. சிறுபத்திரிகைகளுக்கே உரிய நெருக்கடியை புனைகளமும் எதிர்கொண்டது. இருந்தாலும் 2007 ஜனவரியிலிருந்து திரும்பவும் கொண்டுவரும் முனைப்பில் இருக்கிறேன். தமிழில் தற்போது 'புது எழுத்து', 'பன்முகம்', 'குதிரைவீரன் பயணம்', 'சிலேட்', 'பிரும்ம ராக்ஷஸ்' போன்ற சிறு பத்திரிகைகள் மிகத தீவிரமாக இயங்கிக் கொண்டிருக்கின்றன. இதேபோன்று புலம் பெயர்ந்த தமிழ்ப் படைப்பாளிகளிடமிருந்தும் தீவிரமான சிறுபத்திரிகைகள் பல வந்துகொண்டிருக்கின்றன.

● **பெண் கவிஞர்கள் எழுதும் உடல்மொழி குறித்த உங்கள் கருத்தென்ன?**

சமீபத்திய தமிழ்ப் படைப்புலக நிகழ்வுகளில் மிக முக்கியமானது பெண் கவிஞர்கள் பிரத்தியேக மொழியோடும், புதிய சாத்தியங்களோடும் வெளிப்பட்டுக் கொண்டிருப்பதுதான். அதிலும் மிக முக்கியமானது இவர்கள் தமிழ்க் கவிதையின் முகத்தை முற்றிலுமாக மாற்றியிருக்கிறார்கள் என்பதுதான்.

● **நவீன ஓவியங்களைப் பற்றித் தொடர்ந்து பேசியும் எழுதியும் ஓவியர்களோடு பழகியும் வருகிறீர்கள். ஆனால், தமிழ் சினிமாவில் சில அறிவுஜீவிகள் தொடர்ந்து நவீன ஓவியங்களைக் கேலி, நையாண்டி செய்து வருகிறார்கள். இதைப்பற்றி நீங்கள் என்ன சொல்கிறீர்கள்?**

அப்படி கேலி, நையாண்டி செய்பவர்கள் தங்களை ஒரு அறிவுஜீவி என்று நினைத்துக்கொள்வதுதான் பிரச்சினையே. கணிதச் சூத்திரங்கள் கொண்ட ஒரு புத்தகத்தை ஒருவேளை அவர்கள் பார்க்க நேரிட்டால் அது அவர்களுக்குப் புரியாதபோதிலும் அதை அவர்கள் கிண்டல் செய்வார்களா? கலைப்படைப்பு என்றால் மட்டும் இவர்களுக்கு இளக்காரமாக இருக்கிறது. ஒரு துறை சார்ந்த அறிவும் வெற்றியும் இவர்களுக்கு இந்த உரிமையை அளித்திருக்கிறது. இதற்கு ஒன்று பேதமை அல்லது அகம்பாவமே காரணங்களாக இருக்கக்கூடும். தனக்குப் புரியாத எந்த ஒரு கலைப் படைப்பையும் கேலி செய்யும் அகம்பாவம் இது. நவீன ஓவியத்தைப் புரிந்துகொள்ள குறைந்தபட்சம் சில பயிற்சிகளை மேற்கொள்ள வேண்டும் என்ற அடிப்படை ஞானம்கூட இல்லாதவர்கள் இவர்கள்.

● திரைப்படத்துறைக்குப் போகும் எண்ணம் உங்களுக்கு உண்டா?

சமீபகாலமாகத் தமிழ்த் திரைப்படத் துறையில் நிகழ்ந்திருக்கும் மாற்றங்கள் நம்பிக்கைக்குரியதாகவும் மகிழ்ச்சியளிப்பதாகவும் இருக்கிறது. திரைமொழியுடன் கூடிய ஒரு நேர்த்தியான திரைப்படம் இன்று வெற்றிபெறக்கூடிய நிலை உருவாகியிருக்கிறது. இந்தத் தருணத்தில் திரைப்படத் துறையில் கதை, திரைக்கதை சார்ந்து செயல்படும் எண்ணமிருக்கிறது. நம்பிக்கையுமிருக்கிறது.

● நீங்கள் சமீபகாலத்தில் படித்த புத்தகம் எது?

புவி என்ற புதிய பதிப்பகம் கொண்டுவர இருக்கும் லஷ்மி மணிவண்ணனின், 'குழந்தைகளுக்கு சாத்தான் பெரியவர்களுக்குக் கடவுள்' என்ற கட்டுரைத் தொகுப்பின் கையெழுத்துப் பிரதிதான் மிகச் சமீபத்தில் படித்தது. சில கட்டுரைகளில் ஒரு அபூர்வமான குரல் வெளிப்பட்டிருந்தது. தமிழுக்கு மிகவும் புதிய குரல்.

(இனிய உதயம், டிசம்பர் 2006)

நேர்காணல்: 3

('த சன்டே இந்தியன்' இதழுக்காக, சி.மோகனின் 60 வயது நிறைவையொட்டி பதிவு செய்யப்பட்டது.)

பேட்டி கண்டவர்: **ஷங்கர்ராமசுப்ரமண்யன்.**

தமிழின் முக்கியமான விமர்சகர், மொழிபெயர்ப்பாளர் மற்றும் கவிஞர் சி. மோகன். தமிழின் சிறந்த நாவல்கள் சிலவற்றுக்கு பதிப்பாசிரியராக இருந்ததோடு மட்டுமின்றி அயோத்திதாசர் சிந்தனைகள் மற்றும் டாக்டர் இல்லாத இடத்தில் போன்ற முக்கியமான நூல்களின் பதிப்பிலும் பணியாற்றி இருக்கிறார். தமிழ்ச் சமூகம் மறந்த, புறக்கணித்த ஆளுமைகளைப் பற்றி இவர் எழுதிய 'நடைவழிக் குறிப்புகள்' நூலும் 'காலம் கலை கலைஞன்' நூலும் முக்கியமானவை. தமிழ்ச் சூழலில், தொடர்ந்து பாதிப்பை ஏற்படுத்தி வருபவராக இருக்கிறார்.

- **உங்களது இலக்கிய ஆர்வம் பற்றிக் கூறுங்கள்.**

பள்ளி நாட்களிலேயே எனது வாசிப்பு தொடங்கிவிட்டது. தினசரி நூலகத்துக்குப் போகும் பழக்கம் இருந்தது. எங்கள் குடும்பத்தில் முன்பும் பின்பும் யாரும் வாசிப்பவர்கள் இல்லை. பத்தாம் வகுப்பில் எனக்குத் தமிழாசிரியராக இருந்த த.ச.ராசாமணி எனக்கு 'வால்காவிலிருந்து கங்கை வரை' புத்தகத்தைக் கொடுத்தார். தியாகராஜர் கல்லூரியில் இளங்கலை கணிதம் படித்தபோது மொழிபெயர்ப்பு நாவல்களைப் பித்துப்பிடித்தது போலப் படித்தேன். மாப்பசான், எமிலிஜோலா ஆகியோர் கைக்கு வந்தனர். மொழிபெயர்ப்பு நாவல்களில் இருந்த தூக்கலான பாலியல் அம்சம் அதிர்வுடன் இருக்கும்.

அந்தக் கதைகள் மிகப்பெரிய கிளர்ச்சியைக் கொடுத்தன. நம் கதைகளில் அப்போதெல்லாம் முத்தம்கூடக் கொடுக்கமாட்டார்கள். முதுகலை தமிழ் இலக்கியப் படிப்புக்காக மதுரை காமராஜர் பல்கலைக்கழகத்தில் சேர்ந்தபோது, புதுக் கவிதைகள் பற்றி எழுத்தில் கட்டுரைகள் எழுதிய பேராசிரியர் கனகசபாபதி இருந்தார். இரண்டாவது ஆண்டிலேயே அவர், நான் மற்றும் நாடக இயக்குனர் மு. ராமசாமி ஆகியோர் 'விழிகள்' பத்திரிக்கையைத் தொடங்கிவிட்டோம்.

● *நாவல் குறித்த உங்கள் ஆய்வு இடையில் நின்றது ஏன்?*

நாவல் என்ற கலைச்சாதனம் குறித்த என் பிரமிப்பு அபரிமிதமாக இருந்தது. மனிதகுல வரலாற்றில் மனிதனின் அபாரமான கண்டுபிடிப்பே நாவல் கலைதான் என்பது போன்ற உணர்வுடன் திளைத்திருந்த காலம் அது. எங்களது பேராசிரியர் முத்துசண்முகம்தான் என்னை ஆய்வில் சேரத் தூண்டினார். நான் தமிழ் நாவல் பற்றி ஆய்வு மேற்கொண்டிருந்த காலத்தில் நாவலாசிரியர் மு. வரதராசன்தான் பல்கலைக்கழகத்தின் துணைவேந்தர். தமிழுக்கான முதல் ஞானபீடப் பரிசைப் பெற்ற அகிலன்தான் தமிழ் இலக்கியத் துறை வட்டாரத்தில் தமிழின் மிகச்சிறந்த நாவலாசிரியர். என் ஆய்வு இவர்கள் இருவருக்குமே இடம் அளிக்கவில்லை. தமிழ் நாவல் படைப்பாளிகள் பற்றிய என் தேர்வுக்கு நியாயமும் வலுவும் சேர்க்கும் வகையில், நாவல் என்றால் என்ன? என்ற ஒரு கட்டுரையை எழுதி சில வரையறைகளை முன்வைத்தேன். இங்கிருந்தே பிரச்சனைகள் தொடங்கிவிட்டன. வெளிவந்த தமிழ் நாவல்கள் அனைத்தையும் நாவல்களாக ஏற்றுக்கொண்டு அவற்றின் கூறுகளை நாவல் கூறுகளாகக் கொள்ளவேண்டுமென்று சொல்லப்பட்டது. அப்படியானால் குரும்பூர் குப்புசாமியையும், பி.டி.சாமியையும் சேர்க்கத்தானே வேண்டுமென்று கேட்டேன். நான் உருப்படமாட்டேன் என்று பேராசிரியர்கள் முடிவு செய்தனர். நானும் உருப்பட விரும்பாமல் ஆய்வைக் கைவிட்டேன்.

● **உங்களைப் பாதித்த ஆளுமைகள் மற்றும் இலக்கிய ஆசிரியர்கள்...**

என் இளம்வயதில் கலை, இலக்கியரீதியாக எனது பார்வைகளை உருவாக்கிய ஆளுமைகளென வெங்கட்சாமிநாதன், தருமு சிவராம், சுந்தர ராமசாமி ஆகியோரைச் சொல்லலாம். இலக்கியத்தை, எழுத்தை எப்படிப் பார்க்கவேண்டும் என்று தருமு சிவராமுதான் கருத்துரீதியான அடிப்படைகளை உருவாக்குகிறார். இவர்களுடன் உறவும் பகையுமாகத்தான் நான் வளர்ந்து வந்திருக்கிறேன். ஆரம்பத்தில்

என் இலக்கிய அபிப்ராயங்கள் இவர்களுடைய அபிப்ராயங்களின் ஏற்பாகவே இருந்தன. பின்னர்தான் என்னுடைய கலை இலக்கியப் பார்வை தெளிந்துவந்தது. உதாரணமாக நான் பெரிதும் கொண்டாடும் ப. சிங்காரம், ஜி. நாகராஜன், சம்பத் ஆகியோரின் நாவல்களை இவர்கள் மூவருமே அதிகம் பொருட்படுத்தியதில்லை.

என் உருவாக்கத்தில் முக்கிய பங்கு வகித்த மற்றொரு ஆளுமை க்ரியா ராமகிருஷ்ணன். இவருடைய நட்பும் உறவும் ஞானமும் என்னை வெகுவாக பாதித்திருக்கிறது. சென்னை மாநகரை சுபாவமாக எதிர்கொண்டு ஓர் அழகிய வாழ்க்கையை நடத்திக்கொண்டு போக இவரின் பாதிப்பு முக்கிய காரணம். இலக்கியம், மொழி குறித்த பார்வைகளை அவர் என்னிடம் உருவாக்கினார். எடிட்டிங் என்ற விஷயத்தை அவர் எனக்குக் கற்றுக்கொடுத்தார் என்று சொல்லமுடியாது. அவருடன் கூட இருந்து அது இயல்பாக என்னிடம் வந்து சேர்ந்திருக்கிறது.

வாழ்க்கை முறை சார்ந்து நேர்மறையாகவும் எதிர்மறையாகவும், ஏற்பாகவும் நிராகரிப்பாகவும், அழகிய கவர்ச்சியாகவும், அபாய எச்சரிக்கையாகவும் விநோதமான முறையில் பாதிப்பை ஏற்படுத்தியிருக்கும் விசேஷ ஆளுமை ஜி. நாகராஜன். அவர் எனக்குக் கணித ஆசிரியராகப் பாடம் எடுத்தவர். நவீன தமிழ் இலக்கியப் பரப்பில் எனக்குப் பிடித்த எழுத்தாளர்களாக க.நா.சு, மௌனி, நகுலன், தி. ஜானகிராமன், சுந்தர ராமசாமி, ஜி. நாகராஜன், அசோகமித்திரன், ந. முத்துசாமி, ப. சிங்காரம், சம்பத் ஆகியோரைக் குறிப்பிடலாம்.

● பதிப்பு மற்றும் அச்சுத்தொழில் நுட்பத்தில் தமிழில் மிகப் பெரிய முன்னேற்றம் ஏற்பட்டுள்ளதாகக் கூறப்படுகிறது. இந்த வளர்ச்சியை எப்படி பார்க்கிறீர்கள்?

முன்பு ஒரு நல்ல புத்தகம் எனில் அதன் அமைப்பைப் பார்த்துக் கண்டுபிடித்துவிடலாம். அதன் தயாரிப்பே சொல்லிவிடும். இப்போது அப்படி இல்லை. எல்லா புத்தகங்களும் ஒரே மாதிரியாகத்தான் உள்ளன. அச்சுக்கோப்பு இருந்த காலத்தில் ‘புயலிலே ஒரு தோணி’யை அச்சடிக்கும்போது கடைசியாக உள்ள 50, 60 பக்கங்களை அப்படியே தூக்கிவிட்டார்கள். 16 பக்கம் அச்சுக்கோத்து அடித்து, பிறகு மீண்டும் அச்சுக்கோத்துதான் அடிக்கும் வசதி அப்போது இருந்தது. அதிகபட்சமாக ஒரே நேரத்தில் 32 பக்கம் அடிக்கும் வசதி அரிதாக இருந்தது. இச் சூழ்நிலையில் புயலிலே ஒரு தோணி நாவல் அச்சடிப்பு பெரிதாகப் போய்க்கொண்டே இருந்ததால் ஒரு பகுதியையே

தூக்கிவிட்டார்கள். நாயகன் பாண்டியனின் காட்டுவாழ்க்கை, உணவுப்பழக்கம் பற்றி அதில் இருந்ததாக ப. சிங்காரம் என்னிடம் கூறினார். கைப்பிரதி என்பதையும் காப்பாற்றவே அப்போது முடியாது. கம்போஸ் செய்பவர்களின் மைக்கறை கைகள் பட்டுப்பட்டு சுருட்டிப்போடும் நிலைக்குப் போய்விடும். தொழில்நுட்ப வளர்ச்சிகளின் கொடைகளை நாம் சந்தோஷமாக ஏற்றுக்கொள்ள வேண்டும். பதிப்பு மற்றும் அச்சுத்தொழில் நுட்பத்தில் நாம் பெரிய முன்னேற்றம் கண்டிருக்கிறோம். அச்செழுத்தைக் கோத்து புத்தகங்கள் உருவான லெட்டர் ப்ரஸ் காலத்திலிருந்து நான் இத்துறையில் இருந்து வருகிறேன். அதனால் இன்றைய முன்னேற்றத்தை சுலபமாக உணர முடிகிறது. எந்தவொரு தொழில்நுட்பத்தையும் நாம் எப்படிப் பயன் படுத்திக்கொள்கிறோம் என்பதுதான் முக்கியம். குடிசைத்தொழில் போல இருந்தபோது இருந்த கவனமும் செய்நேர்த்தியும் அழகும் உற்பத்திப் பெருக்கத்தில் இழக்கப்பட்டிருப்பதாகவே தோன்றுகிறது. க்ரியாவின் ஆரம்பகாலப் புத்தகங்களோடு இன்றைய க்ரியா தயாரிப்புகளை ஒப்பிடும்போது சங்கடமாகத்தான் இருக்கிறது.

● தமிழில் வெளிவந்த முக்கியமான நாவல்கள் சிலவற்றுக்கு பதிப்பாசிரியராகப் பணிபுரிந்துள்ளீர்கள். ஒரு படைப்பு நூலுக்கு பதிப்பாசிரியருக்கான தேவை என்ன?

படைப்பு மொழியில் உள்ள சிக்கல்களையும், சிடுக்குகளையும் அகற்றி நேர்த்தியாக வாசிப்பதற்கு ஏற்ற பிரதியை உருவாக்குபவனே எடிட்டர். இங்கே எடிட்டிங் என்ற பணி பெரும்பாலும் இல்லை. உலகின் பல மொழிகளில் எடிட்டிங் என்பது பதிப்புத்துறையில் முக்கியமான அம்சமாக இருக்கிறது. பல எழுத்தாளர்களக்குத் தனிப் பட்ட எடிட்டர்கள் உண்டு.

சுந்தர ராமசாமியின் ஜே.ஜே. சில குறிப்புகள் நாவலில் சில நுட்பமான திருத்தங்கள் மேற்கொள்ளப்படுவதற்குக் காரணமாக இருந்திருக்கிறேன். ஜே.ஜே. சில குறிப்புகள் நாவலில் டைரியில் உள்ள தேதிகள், எடிட்டிங்கிலேயே மாற்றப்பட்டன. ஜே.ஜேயின் வாழ்க்கை நிகழ்வுகளுக்கும், தேதிகளுக்கும் இடையிலான தர்க்கத் தொடர்பு முதலில் இல்லாமல் இருந்தது. தொடர்ந்து நடந்த சந்திப்புகள் மற்றும் கடித உரையாடல்களின் மூலம் ஒவ்வொன்றாக பேசிப் பேசி மாற்றப்பட்டது. அச்சமயத்தில் சுந்தர ராமசாமிக்கும் க்ரியா ராமகிருஷ்ணனுக்கும் எனக்குமிடையே (நான் அப்போது மதுரையில் இருந்தேன்) நடந்த அந்தக் கடிதப் பரிமாற்றங்கள் மிகவும் முக்கியமானவை.

'இடைவெளி' நாவலைப் பொறுத்தவரையில் சம்பத்தோடு சில நாட்கள் அமர்ந்து அவரும் நானுமாகத் திருத்தங்கள் மேற்கொண்டோம். ஆரம்பத்தில் சம்பத்துக்கு என்னோடு அமரத் தயக்கமிருந்தது. தேவையற்ற வேலை என்ற எண்ணம் இருந்தது. ஆனால் அந்தப் பணியில் நாங்கள் ஈடுபட்டபோது, அவருடைய ஆர்வமும் உற்சாகமும் ஒவ்வொரு நாளும் கூடிக்கொண்டே இருந்தது. திருத்தங்களின்போது கூடிவந்த அழகு அவரைப் பரவசப்படுத்தியது.

அசோகமித்திரனின் 'தண்ணீர்' நாவல் கணையாழியில் தொடராக வந்து, சிஎல்எஸ், அதைப் புத்தகமாக வெளியிட்டது. அதன் இரண்டாம் பதிப்பை க்ரியா வெளியிட்டபோது, அதைப் படித்து சில திருத்தங்களைக் குறித்து வைத்துக்கொண்டு அவரை அணுகினேன். அசோகமித்திரன் சந்தோஷப்பட்டார். ஒரு அத்தியாயத்தில் அக்கா &தங்கை இருவருமே மாறிப்போயிருந்தார்கள். அதாவது, அக்கா பேசவேண்டியதை தங்கையும், தங்கை பேச வேண்டியதை அக்காவும் பேசிக்கொண்டிருந்தார்கள். எப்படி இது நடந்தது? இதுவரை எவருக்கும் படவில்லையே என்று மாய்ந்து போனார் அசோகமித்திரன்.

- **தமிழ் நவீன இலக்கிய வரலாற்றில் ஏற்றமிகு தருணங்கள் மற்றும் பின்னடைவுகளைக் கூறுங்கள்.**

1945 முதல் 70 வரையிலான 25 ஆண்டு காலம்தான் நவீன தமிழ் இலக்கியத்திற்கு வளமூட்டப்பட்ட காலம். க.நா.சு., சி.சு. செல்லப்பா இருவரும் இருபெரும் இயக்கங்களாகச் செயல்பட்ட காலம். சிறுபத்திரிக்கை இயக்கம், மொழிபெயர்ப்பு இயக்கம், படைப்பியக்கம், விமர்சன இயக்கம் என க.நா.சு. 1945 முதல் 65 வரை இருபதாண்டு காலம் செயல்பட்டார். சி.சு. செலலப்பா, 1959இல் 'எழுத்து' இதழைத் தொடங்கி 1970 வரை 11 ஆண்டு காலம் அர்ப்பண உணர்வுடன் நடத்தினார். இவர்களின் அர்ப்பணமிக்க செயல்பாடுகளால் செழுமையானதுதான் தமிழ் நவீன இலக்கியப் பரப்பு. இவர்களின் இந்த இயக்க முயற்சிகள் நிர்மாணித்த பரப்பிலிருந்து விரிந்து புதிய எல்லைகளை எட்டியதுதான் நவீன தமிழ் இலக்கியம். 90களில் கோட்பாடு மற்றும் தலித் அரசியல் சார்ந்து எழுந்த விவாதங்களும் எழுத்துகளும் முக்கியமான தருணங்கள் என்றே கருதுகிறேன். ஆனால் படைப்பைப் பின்னுக்குத் தள்ளி விவாதங்கள் ஆதிக்கம் செலுத்தியது ஒரு துரதிர்ஷ்டம். அதற்குப் பிறகு கிட்டத்தட்ட விவாதங்களே இல்லை. கனவுகளும் நம்பிக்கைகளும் கேலிக்குரியனவாகப் பார்க்கப்படும் காலம் இது. சிறுபத்திரிக்கை இயக்கமானது முன்னெப்போதையும்விட

அவசியமானதாகவும் வலிமையோடும் செயல்படக்கூடிய சக்தியாக இன்று தேவைப்படுகிறது. இன்று நம் காலத்தின் தேவையை உணர்ந்த சிறுபத்திரிகை முயற்சிகள் இல்லை. அவ்வப்போது வெளிவரும் இதழ்களும் இடைநிலை இதழ்களில் இடம்பெறக்கூடியதைத்தான் இட்டு நிரப்புகின்றன.

● தமிழ் இலக்கியப் பரப்பில் வரலாறு காணாத வகையில் சகல படைப்புத் துறைகளிலும் இருந்து நூல்கள் வெளிவந்து கொண்டிருக்கின்றன. ஆனால் படைப்புரீதியான உத்வேகம் இல்லாத ஒரு தேக்கநிலை இருப்பதாகக் கூறப்படுகிறதே...

உண்மைதான். படைப்புரீதியான உத்வேகம் மட்டுப்பட்டிருக்கிறது. பரபரப்புகளும், பாசாங்குகளும், தன்முனைப்புகளும் வெகுவாக முண்டியடித்துக் கொண்டு ஆர்ப்பரிக்கின்றன. உள்ளார்ந்த எழுச்சிகளோ காலத்துக்கான கனவுகளோ இல்லை. இவற்றின் அவசியம் குறித்த பிரக்ஞைகூட இருப்பதாகத் தெரியவில்லை.

● தமிழில் நவீனத்துவம் எழுச்சி பெற்று விளங்கிய கால கட்டத்தில் செயல்படத் தொடங்கியவர் நீங்கள். உங்களது சமீபத்திய கவிதைத் தொகுப்பில் எதிர்நவீனத்துவவாதியாக உங்களைப் பிரகடனம் செய்கிறீர்கள். நவீனத்துவத்தின் போதாமைகள் என்று எதைச் சொல்கிறீர்கள்?

நவீனத்துவம் ஒரு கலை இலக்கியக் கோட்பாடாக, வாழ்க்கை முறையாக ஐரோப்பியத் தொழிற்புரட்சியின் விளைவாக உருவானது. காலத்தின் கட்டாயமாக அது நம்மையும் பீடித்தது. அதனால் பெற்ற பலன்களை நான் குறைத்து மதிப்பிடவில்லை. அதேசமயம், நாம் விழித்துக்கொண்டாக வேண்டிய தருணத்தில் இருக்கிறோம். நவீனத்துவத்தின் போதாமைகள் அல்ல பிரச்சனை. இன்றைக்கான நவீனத்துவமென்பது, எதிர்நவீன நவீனத்துவமாகத்தான் இருக்க வேண்டும். இருக்க முடியும். பெருமளவில் நகரமயமாவதும் தொழில்மயமாவதும் நவீனத்துவத்தின் விளைவுகள். நம் வாழ்க்கை முறையை அது கலைத்துப்போட்டிருக்கும் விதத்தில் நன்மைகளும் உண்டு. அபாயங்களும் உண்டு. நன்மைகளைத் தக்க வைத்துக்கொண்டு அபாயங்களிலிருந்து மீளவேண்டிய நெருக்கடியில் நாம் இருக்கிறோம். தொன்மையான, வளமான கலாசார பாரம்பரியங்களும், நாட்டார் கலைகளும், வாழ்க்கை முறைகளும் கொண்ட சமூகம் நம்முடையது. நம் வாழ்வின் மீட்சிப் பாதைக்கும் அழகியலுக்குமான கீழைத்தேய மரபுகள் கொண்டவர்கள் நாம். அவற்றின் விழுமியங்களையும் பெறுமதிகளையும்

நவீனத்தின் பேரால் நாம் இழந்துகொண்டிருக்கிறோம். அவற்றை மீட்டெடுத்து நம் வாழ்க்கை முறையோடு இணைப்பதுதான் எதிர்நவீன நவீனத்துவ நடவடிக்கை. அது தொன்மங்களின் அருமையையும், உள்ளுணர்வுகளின் மெய்மையையும், கூட்டு நனவிலி மனோபாவங்களையும் போற்றக்கூடியது. உதாரணமாக, உள்ளொளி என்ற ஆத்மீகப் பெறுமதி வாய்ந்த பதத்தை தமிழின் நவீனத்துவ அகந்தைகள் கிண்டல் செய்தன. பின்நவீனத்துவமும் இப்பதத்தை இளக்காரமாகவே பார்க்கும். ஆனால் எதிர்நவீனத்துவம் நம் வாழ்வுக்கான சுடராக அதை ஏற்கும்.

● பதிப்புத் துறையில் வெகுகாலம் இருந்தவர் என்கிற முறையில் தமிழின் பதிப்புச் சந்தை விரிவடைந்துள்ளது என்று கருதுகிறீர்களா?

பதிப்புச் சந்தை ஓரளவு விரிவடைந்துள்ளது என்பதில் சந்தேகமில்லை. ஈழத் தமிழர்கள் நவீன தமிழ் இலக்கியத்தில் காட்டும் ஆர்வமும், திரைப்பட மற்றும் தொலைக்காட்சி இளம் இயக்குநர்கள் வாசிப்பதில் கொண்டிருக்கும் ஈடுபாடும், இவ்விரண்டுக்கும் மேலாக வணிக இதழ்களில் நவீன எழுத்தாளர்கள் பிரபலமடையத் தொடங்கியிருப்பதும் இதற்கான காரணங்களாக அமைந்து விட்டிருக்கின்றன.

வணிக இதழ்களில் நவீன எழுத்தாளர்களின் பிரபல்யமென்பது, சூழலில் எவ்வித மாற்றத்தையும் உருவாக்கவில்லை. அதன் மூலம் சிலர் வெளிப்பட்டு, ஸ்தாபிதமாகி, அவர்களுடைய சந்தை மதிப்பு கூடியிருக்கிறது. அவ்வளவுதான். எனினும், புத்தகங்கள் வெளி வருவதென்பது சுலபமாக ஆகியிருப்பதை மறுக்க முடியாது. இது விரிவின் விளைவுதான். ஒரு இளம் கவிஞனின் முதல் கவிதைத் தொகுப்பு வெளிவந்தபோது, அவனுக்கு என்ன சந்தை மதிப்பு இருந்ததோ, அதேதான் பத்தாண்டுகளுக்குப் பின்பு, அவனுடைய ஐந்தாவது கவிதைத் தொகுப்பு வரும் போதும் எவ்வித மாற்றமுமின்றி இருந்துகொண்டிருக்கிறது. அதேசமயம் பத்தாண்டுகளில் நாலு அல்லது ஐந்து கவிதைத் தொகுப்புகள் வெளிவருவது சாத்தியமாகியிருக்கிறது.

● சினிமாவில் பணியாற்றுவது குறித்துக் கூறுங்கள்...

சினிமாவில் பணியாற்றியது குறித்துச் சொல்ல விசேஷமாக ஏதுமில்லை. இன்று சினிமாத்துறையில் இருக்கும் சிலர் நல்ல நண்பர் களாக இருந்து கொண்டிருக்கிறார்கள். ஒரு புத்தகத்தைச் செம்மைப் படுத்துவது போன்று, ஓரிரு திரைக்கதைகளில் நுட்பமான சில மாற்றங்கள் செய்து கொடுத்திருக்கிறேன். இரு இளம் இயக்குநர்களின்

கதைகளுக்கு வசனம் எழுதிக் கொடுத்திருக்கிறேன். இதன் மூலம் ஓரளவு பணமும் கிடைத்தது. குறைந்த உழைப்பு, கணிசமான பணமென்னும் சௌகர்யத்தைப் படைப்பாளிக்குத் தரக்கூடிய துறையாக அது இருக்கிறது. இன்றைய திரைப்படத்துறை இலக்கியப் படைப்பாளிகளிடம் பெரும் மதிப்பு கொண்டிருப்பதை இங்கு சொல்லியாக வேண்டும். இலக்கியப் படைப்பாளிகளுடன் இணைந்து திரைக்கதையை வலுவானதாக உருவாக்கும் ஆசையையும் இன்றைய இளம் இயக்குநர்களிடம் காண முடிகிறது. திரைக்கதை உருவாக்கத்தில் ஈடுபடுவது ஓர் அலாதியான மகிழ்ச்சியைத் தந்திருக்கிறது. மிகவும் சுவாரஸ்யமான, சவாலான பணி அது.

● தற்போது செய்துகொண்டிருக்கும் வேலைகள் பற்றிக் கூறுங்கள்?

தற்போது நான் மேற்கொண்டிருக்கும் முக்கியமான வேலை, 'ஓநாய் குலச்சின்னம்' *(Wolf Totem)* என்ற சமீபத்திய சீன நாவலைத் தமிழாக்கம் செய்துகொண்டிருப்பதுதான். அளவிலும் பெறுமதியிலும் பெரிய நாவல். கடந்த இரண்டு ஆண்டுகளாக இதில் நான் ஈடுபட்டிருக்கிறேன். இப்போது அது முடிவை நெருங்கியிருக்கிறது. இன்னும் மூன்று மாதங்களில் புத்தகம் வெளிவந்துவிடும். இந்நாவல் அதன் சகல தன்மைகளிலும் முழுமையான எதிர்நவீனத்துவப் படைப்பு. வெகு இயல்பாக அந்தப் படைப்புலகம் அப்படியானதாக அமைந்து விட்டிருக்கிறது. இவ்வளவு சக்தி வாய்ந்த எதிர்நவீனத்துவப் படைப்பை நான் இதுவரை வாசித்ததில்லை. இந்நாவல் எத்தகைய விளைவுகளைத் தமிழ் இலக்கியப் பரப்பில் நிகழ்த்தும் என்பதைப் பார்க்க ஆவலோடு இருக்கிறேன். இதுதவிர, என்னுடைய நாவல்களை எழுதுவதற்கான திட்டங்களோடும் முயற்சிகளோடும் இருந்துகொண்டிருக்கிறேன்.

● எழுத்து தவிர வேறு எந்தப் பணியிலும் நீங்கள் ஈடுபட்டிருக்க வில்லை. உங்கள் வாழ்க்கையை இன்றைய தலைமுறையினர் முன்னுதாரணமாகக் கொள்ளமுடியுமா?

உண்மையில் என்ன சொல்வதென்று தெரியவில்லை. எழுத்தும் புத்தக உருவாக்கமும்தான் என் தொழிலாக இன்றுவரை இருந்து வருகிறது. அதிலும், புத்தக உருவாக்கம் சார்ந்த சகல அம்சங்களிலும் நான் பெற்றிருக்கும் அறிவுதான் என் வாழ்வின் சங்கடங்களை ஓரளவு குறைத்திருக்கிறது. என் வாழ்விலும் வாழ்க்கை முறையிலும் சரிவரப் பிடிபடாத பல விஷயங்கள் இருக்கின்றன. அவை என்னுடைய

தேர்வா, விருப்பமா, அப்படி நேர்ந்ததா என்று தெளிவாக இல்லை. ஆனால் நான் ஏற்றுக்கொண்ட தொழில் என்னுடைய தேர்வுதான் என்பதில் சந்தேகமில்லை. இன்றைய சூழலில் இப்படியான ஒரு தேர்வு தரும் பாதகங்களையும் நான் அறிந்துதான் இருக்கிறேன். அதனால் இது குறித்து எனக்குப் புகார்களோ வருத்தங்களோ இல்லை. மேலும் யோசித்துப் பார்த்தால் இதைத் தவிர வேறு ஏதாவது எனக்கு செய்யத் தெரியுமா என்றும் தெரியவில்லை. ஆக, எனக்குத் தெரிந்ததைச் செய்து, அதன் சாதக பாதகங்களுடன், அதேசமயம் மனநிறைவுடன், வாழ்ந்துகொண்டிருக்கிறேன். ஒருவரால் இப்படி இருக்க முடியுமென்றால் இருக்கலாம்தானே.

(த சன்டே இந்தியன், ஆகஸ்ட் 2012)

நேர்காணல்: 4

('குங்குமம்' வார இதழுக்காக மேற்கொள்ளப்பட்டது)
நேர்கண்டவர்: நா.கதிர்வேலன்.

கவிதை, சிறுகதை, நாவல், ஓவியம், சிற்பம் போன்ற நுண்கலைகளை விமர்சிக்கும் நுண்ணறிவு கொண்டவர் சி.மோகன். அரியவைகளின் களஞ்சியமாய் மிளிரும் இவரால் தூண்டப்பட்ட தீபங்கள் அதிகம். அறிவு ஜீவிதம், மானுடத்தில் ஆரோக்கிய நம்பிக்கை, அறிவு நாணயத்தில் விளைந்த கம்பீரம், பொருளார்ந்த நவீனத்துவம், நல்ல படைப்பைத் துணிவுடன் முன்வைக்கும் சுவையான முரட்டுத்தனம், இளமைத் துடிப்புள்ள முதிர்ச்சியான சி.மோகன் அள்ள அள்ள வற்றாதப் பேராறு.

இவர் கண்டெடுத்திருக்காவிட்டால் ப.சிங்காரம் தொலைந்தே போயிருப்பார். தன் தொப்பியில் இவ்வளவு சிறகுகள் வைத்திருப்பவர் இவர்தானா என எண்ணுகிற அளவுக்கு எளிமையானவரோடு நடந்தது இந்த உரையாடல்.

● ஒரு முக்கியமான விமர்சகராக நீங்கள் அறியப்பட்டு இருக்கிறீர்கள். உங்களுடைய விமர்சனப் பங்களிப்பின் முக்கியமான சாதனை எது?

என்னுடைய சாதனை எது என்று என்னிடமே கேட்டால் எப்படி? நண்பர் லஷ்மி மணிவண்ணன் 'சென்னை இணைய தளத்'திற்காக 2000இல் என்னுடன் நிகழ்த்திய ஒரு உரையாடலின்போது இப்படி ஒரு கருத்தை முன்வைத்தார்: "இலக்கியச் சூழலில் தொடர்ந்து செயல்படுவதன்மூலம் பாதிப்பை நிகழ்த்த உங்களால் முடிந்திருக்கிறது. உங்கள் எண்ணங்கள், அபிப்ராயங்களை முக்கியமாக

எடுத்துக்கொள்கிற மாணவர்களும் இலக்கியவாதிகளும் உள்ளார்கள். ஜெயமோகனின் 'விஷ்ணுபுரம்' நாவல் வெளிவந்தபோது அதன் ஆரம்பக் கட்டத்திலேயே முக்கியமான நாவல் என்று சொன்னீர்கள். அதுபோல நீங்கள் முக்கியமாகக் கருதுகிற படைப்புகளுக்கு இலக்கிய மாணவர்கள் மத்தியில் செல்வாக்கு உள்ளது..." அவருடைய இந்த மனப்பதிவு எனக்கு மகிழ்ச்சியும் நிறைவும் தந்தது. இதுபோல சில ஆண்டுகளுக்கு முன்வரை, 1987இல் 'புதுயுகம் பிறக்கிறது' முதல் இதழில் நான் எழுதிய 'நாவல் கலையின் அவசியமும் தமிழில் அதன் நிலையும்' என்ற கட்டுரையையும், அதில் நான் பரிந்துரைத்திருந்த முக்கியமான தமிழ் நாவல்களையும் படித்துத்தான் தமிழின் வளமான இலக்கியப் பகுதியை அறிந்துகொண்டதாகச் சொன்ன ஆர்வலர்களையும் எழுத்தாளர்களையும் எதிர்கொண்டிருக்கிறேன். என்னுடைய தீர்க்கமான, கலை நம்பிக்கையுடன் கூடிய நெடும்பயணத்தின் விளைவுகளே இவை. இந்தப் பயணத்தின் பாதையில்தான் ப. சிங்காரம், ஜி. நாகராஜன், எஸ். சம்பத் ஆகிய அபூர்வமான, பொருட்படுத்தப்படாதிருந்த விசேஷ ஆளுமைகளை நான் கண்டடைந்தேன். அவர்களின் தனித்துவத்தைத் தொடர்ந்து என் எழுத்துகளிலும் உரையாடல்களிலும் வலியுறுத்தியபடி இருந்தேன். இன்று நவீனத் தமிழிலக்கியத்தின் பெருமிதங்களாக அவர்கள் கொண்டாடப்படுகிறார்கள். எனக்கு மன நிறைவளித்திருக்கும் ஒரு நிகழ்வு இது. இதில் சாதனை என்று நிச்சயமாக ஏதுமில்லை. அதேசமயம் என் கலை நம்பிக்கை எனக்களித்த ஆறுதல் என்பதில் சந்தேகமில்லை.

● கவிதை, நாவல், சிறுகதை, மொழிபெயர்ப்பு எனப் பல தளங்களில் பங்களித்து உள்ளீர்கள். இவற்றுள் உங்களைக் கவர்ந்தது எது, ஏன்?

படைப்பு மொழியின் வெவ்வேறு ஊடகங்களில் உறவாட விழைந்த மனோபாவத்தின் விளைவுகள்தான் இந்த முயற்சிகள். எனினும், என் சிறுகதைகள் மீது விசேஷ அபிமானம் இருந்துகொண்டிருக்கிறது. சிறுகதை மீதான வேட்கை தணியாதிருக்கிறது. இப்போதுகூட, வண்ணங்களின் குணாம்சங்கள் சார்ந்து கதைகள் எழுதிக்கொண்டிருக்கிறேன். அவை நகர்ந்து செல்லும் விதத்தைப் பார்த்தால் இம்முயற்சி ஒரு நாவலாக முடியக்கூடும் என்றும் தோன்றுகிறது.

என் மொழிபெயர்ப்புகள்மீது எனக்கு அலாதியான நேசம் உண்டு. அவை முன்மாதிரியாகக் கொள்ளத் தக்கவை என்ற எண்ணமும்

உண்டு. ஒரு மொழியின் சமகாலத் தன்மைக்கும் வளத்துக்கும் மொழிபெயர்ப்புகளின் பங்களிப்பு மிகவும் அவசியம். இந்த நம்பிக்கையோடுதான், என்னால் முடிந்தவரை, அவ்வப்போது மொழியாக்கங்களில் ஈடுபட்டுவருகிறேன்.

● ஆகச் சிறந்த நாவல்களைச் செம்மைப்படுத்தியிருக்கிறீர்கள். அந்த அனுபவங்களைச் சொல்லுங்கள்.

சுந்தர ராமசாமியின் 'ஜே.ஜே. சில குறிப்புகள்' பிரதியில் சில திருத்தங்கள் மேற்கொள்ளப்படுவதற்குக் காரணமாக இருந்திருக்கிறேன். அந்தப் பிரதியில் நிகழ்வுகளும் காலமும் குழம்பிக் கிடந்தன. அவை, தொடர்ந்து நடந்த சந்திப்புகள் மற்றும் கடித உரையாடல்கள் மூலம் சரி செய்யப்பட்டன. அச்சமயத்தில் சுந்தர ரமசாமிக்கும் க்ரியா ராமகிருஷ்ணனுக்கும் எனக்குமிடையே (அப்போது நான் மதுரையில் இருந்தேன்) நடந்த கடிதப் பரிமாற்றங்கள் ஆவணப்படுத்தப்பட வேண்டியவை. இதைத் தொடர்ந்துதான் 'க்ரியா'வில் பணியாற்ற வரும்படி ராமகிருஷ்ணன் என்னை அழைத்ததும், நான் சென்னை வந்ததும் நிகழ்ந்தது.

சம்பத்தோடு எனக்கு ஏற்பட்ட நட்புக்கு முகாந்திரமே 'இடைவெளி' நாவல் எடிட்டிங்தான். 'க்ரியா' இடைவெளி நாவலை வெளியிட முடிவு செய்தபோது, நான் சம்பத்தோடு அமரும்படி ஆயிற்று. அதற்கு முன்னரே, 'தெறிகள்' இதழில் அதைப் படித்துவிட்டு நான் மிகுந்த பரவசத்தோடு இருந்த காலம் அது. சம்பத்தோடு அமர்ந்து அவரும் நானுமாகச் சில நாட்கள் திருத்தங்கள் மேற்கொண்டோம். ஆரம்பத்தில் சம்பத்துக்கு இது தேவையற்ற வேலை என்ற எண்ணம் இருந்தது. ஆனால் அந்தப் பணியில் நாங்கள் ஈடுபட்டபோது அவருடைய ஆர்வமும் உற்சாகமும் நாளுக்கு நாள் கூடிக்கொண்டே போனது. திருத்தங்களின்போது கூடி வந்த அழகு அவரைப் பரவசப்படுத்தியது. பின்னர், மிகுந்த குதூகலத்துடன் அதில் ஈடுபட்டார்.

அசோகமித்திரனின் 'தண்ணீர்' நாவலின் இரண்டாம் பதிப்பை 'க்ரியா' வெளியிட முடிவெடுத்தபோது, அதன் முதல் பதிப்பைப் படித்து சில திருத்தங்களைக் குறித்து வைத்துக்கொண்டு அவரை அணுகினேன். அசோகமித்திரன் வெகுவாக சந்தோஷப்பட்டார். ஒரு அத்தியாயத்தில் அக்காவும் தங்கையும் மாறிப் போயிருந்தார்கள். அக்கா பேசவேண்டியதைத் தங்கையும் தங்கை பேசவேண்டியதை அக்காவும் பேசிக்கொண்டிருந்தார்கள். இவ்வளவுக்கும் இந்த நாவல்

'கணையாழி'யில் தொடராக வெளிவந்து சி.எல்.எஸ் புத்தகமாக வெளியிட்டு ஓரளவு பேசப்பட்ட நாவல். எப்படி இது நடந்தது? ஏன் யாருக்கும் இதுவரை படவில்லை? என்று மருகிக்கொண்டே இருந்தார்.

● நமது சிறுபத்திரிகை மரபு இன்று பெரும் பத்திரிகை இயல்புகளோடு கைகோர்த்துள்ளது. இதை நீங்கள் ஆரோக்கியமான போக்காக எடுத்துக்கொள்கிறீர்களா?

நிச்சயமாக இல்லை. பெரும் வீழ்ச்சி இது. சிறுபத்திரிகை இயக்கம் அதன் சுழற்சியில் ஒரு இருண்ட கட்டத்தை அடைந்திருப்பதையே இது காட்டுகிறது. பெரும் பத்திரிகையில் இன்று நிகழ்ந்திருக்கும் மாற்றங்கள், சிறுபத்திரிகை இயக்கத்தின் வலிமையான பாதிப்புகளால் கூடி வந்தவையே. சிறுபத்திரிகை இயக்கம் அடிப்படையில் பொதுவிலிருந்து விலகி, தீவிரமான பரிசோதனை முயற்சிகள் மூலம் வித்தியாசமாகச் செயல்படுவதன் வழியாகத்தான் பொதுச் சூழலில் மாற்றங்களை நிகழ்த்த முடியும். அப்படியாக இயங்குவதன் மூலமாகத்தான் நவீனத் தமிழிலக்கிய எல்லைகளையும் சாத்தியங்களையும் விஸ்தரிக்க முடியும். ஆக, ஒவ்வொரு காலகட்டத்திலும் இலக்கியமானது, சிறுபத்திரிகை இயக்கத்தின் தனித்துவத்தால் மட்டுமே அடுத்த கட்டத்துக்கு நகர்கிறது. இல்லையெனில், இலக்கியம் இதுவரை எந்த எல்லைகளை அடைந்திருக்கிறதோ அந்த எல்லைகளுக்குள் மட்டுமே இருந்துகொண்டிருக்க வேண்டியிருக்கும். சிறுபத்திரிகை இயக்கத்தின் தனித்துவம், நம் மொழியின் வளர்ச்சிக்கு மிகவும் அத்தியாவசியம்.

● நவீன ஓவியம் பற்றித் தொடர்ந்து எழுதியும் உரையாடியும் வருகிறீர்கள். தமிழ் ஓவியம் இன்றைய தமிழர்களால் பார்க்கப்படுவதாகத் தெரியவில்லை. இந்நிலைக்கு யார் காரணம்?

நாம்தான் காரணம். நம்முடைய அறியாமையும் புறக்கணிப்பும்தான் காரணம். நம் காலத்தின் பெறுமதிமிக்க கலைகளில் ஒன்றான நவீன ஓவியம் இன்றளவும் நம்மிடையே அதிகமும் அறியப்படாத புதிர்ப் பிரதேசமாகவே இருந்துவருகிறது. இதன் காரணமாக, சிந்தனைகளிலும் அழகியலிலும் நம்மை மேம்படுத்தக்கூடிய செழுமையான அனுபவங்களை நாம் இழந்து கொண்டிருக்கிறோம். பொதுவாக, இன்றைய பிற கலைச் சாதனங்களில் ஆர்வம் காட்டும் பலரும்கூட நவீன ஓவியம் குறித்து அசட்டையான மனோபாவமே கொண்டிருக்கிறார்கள். அதை ஒரு கேலிப் பொருளாகப் பார்த்து

நையாண்டி செய்யும் மனோபாவமும் இருக்கிறது. நம்முடைய சமகாலத்தில் சில தமிழ்த் திரைப்படங்கள், நவீன ஓவியத்தை நகைச்சுவைக்கான ஒரு பொருளாகவே பயன்படுத்தியிருக்கின்றன. நவீன ஓவியம் என்பது ஒரு பேத்தல் வேலை என்றும், அதை ரசிப்பதாக பாவனை செய்பவர்கள் பம்மாத்துப் பேர்வழிகள் என்பதுமான எண்ணத்தை வெகுமக்களிடம் உருவாக்கும் கைங்கரியத்தை அவை மிகுந்த சிரத்தையுடன் செய்துவருகின்றன.

நவீன ஓவியம் சுலபமாகப் புரிந்துகொள்ளக் கூடிய ஒன்றில்லைதான். ஏனென்றால் அது புதியது; முற்றிலும் புதியது. எந்தவொரு புத்தாக்கமும் அதுவரை நாம் அறிந்திராத ஒன்றாகவே இருக்கும். அறியப்படாதவற்றை அடைவதன் மூலமே நம் கலை அனுபவம் செழுமையடையும். அறியப்படாதவற்றை அடைவதற்கான ஒரே வழி, அவற்றோடு பயணப்பதற்கு ஏதுவாக நாம் பிரயாசைகளும் பயிற்சிகளும் மேற்கொள்வதுதான்.

● உங்களை சு.ரா.வின் முதல்நிலை மாணவர், வெங்கட் சாமிநாதனின் வழித் தோன்றல் எனலாமா?

நான் மூத்த இலக்கிய ஆசான்களிடமிருந்து கற்றுக்கொண்டும் பெற்றுக்கொண்டும் உருவான மாணவன்தான். அவ்வகையில் நான் சு.ரா., மற்றும் வெ.சாவின் மாணவனாகவும் இருந்திருக்கிறேன். என் ஆரம்ப காலத்தை வடிவமைத்த மற்றொரு ஆளுமை, தருமு சிவராம். இலக்கியக் கருத்தாக்கங்களின் அடிப்படையில் படைப்பினை அணுகிய முதல் விமர்சகர் இவர்தான். இவர்களுடன் உறவும் பகையுமாகத்தான் நான் வளர்ந்து வந்திருக்கிறேன். தொடக்கத்தில் என்னுடைய அபிப்ராயங்கள் இவர்களுடைய கருத்துகளின் ஏற்பாகவே இருந்தன. பின்னர்தான் என்னுடைய சுயமான கலை இலக்கியப் பார்வை தெளிந்துவந்தது. உதாரணமாக, நான் பெரிதும் கொண்டாடும் ப.சிங்காரம்,, ஜி.நாகராஜன், எஸ்.சம்பத் ஆகியோரின் நாவல்களை இவர்கள் மூவருமே பொருட்படுத்தியதில்லை. மேலும், மூவருமே நவீனத்துவத்தின் இறுக்கமான பிடியில் சிக்குண்டிருந்தவர்கள். இன்றைய நவீனத்துவமென்பது, எதிர் நவீன நவீனத்துவமாகவே இருக்க வேண்டும், இருக்க முடியும் என்ற சிந்தனைப் போக்கை நான் சமீப காலமாகக் கொண்டிருக்கிறேன். ஆக, இவர்களின் மாணவனாக இருந்து நகர்ந்து வந்திருக்கிறேன். நிச்சயமாக யாருடைய வழித் தோன்றலும் இல்லை.

● வாழ்க்கையின் ஒரு வட்டம் முடிந்து, பின் வட்டம் நோக்கி வந்துள்ளீர்கள். இனி உங்கள் இலக்கியச் செயல்பாடுகள் என்னவாக இருக்கப் போகிறது?

வாழ்க்கையை வட்டம் வட்டமாகப் பிரிக்க முடியுமா என்று தெரியவில்லை; அல்லது என்னைப் பொறுத்தவரை அது அப்படியாக இல்லை. நீண்ட, நெடிய பாதை; ஆங்காங்கே கிளைகள் விட்டுப் பிரிந்து சென்ற பாதை; சமயங்களில் பாதையற்ற பாதையாகவும் வெளிப்பட்டிருக்கிறது. எது எப்படியென்றாலும், கலை நம்பிக்கை, மாறுபட்ட சாத்தியங்களைப் பரிசீலிப்பது என்ற இரண்டு சக்திகளைக் கைப் பற்றியபடி நடந்துகொண்டிருக்கிறேன். இனியும் இந்தப் பயணம் இவ்வாறே தொடரும் என்று நம்புகிறேன்.

● இதுவரையான வாழ்க்கையிலிருந்து நீங்கள் கற்றுக்கொண்டது என்ன?

நாம் வாழும் காலம், வரலாற்றின் சுழற்சியில், ஒரு இக்கட்டான கட்டத்தை எட்டியிருக்கிறது. சமூக வாழ்வின் பல துறைகளிலும் அர்ப்பணிப்புகளும் அறங்களும் கேலிப் பொருள்களாகிவிட்டன. வசதிகளின் பெருக்கத்தையே வாழ்வின் மேன்மையாகவும் வெற்றியாகவும் கருதும் மனோபாவம் நம்மைப் பீடித்திருக்கிறது. நாம் ஒவ்வொருவரும் நம்முடைய சிறந்த அம்சத்தை வெளிப்படுத்தாத பட்சத்தில் இந்த உலகம் இதை விடவும் மோசமான கட்டத்தை அடையும் என்பதில் சந்தேகமில்லை. இந்நிலையில் என் வாழ்க்கையிலிருந்து நான் கற்றுக்கொண்டது ஒன்றுதான்: எந்தவொரு காத்திரமான செயலையும் தொடர்ந்து நம்பிக்கையுடன் மேற்கொண்டு வந்தால், அது தன்னளவில் ஒரு மாற்றத்தை ஏற்படுத்தும்.

(குங்குமம், 23. 6. 2017.)

நேர்காணல்: 5

(விகடன்.காம் இணைய இதழுக்காக மேற்கொள்ளப்பட்டது.)
நேர்கண்டவர்: நா.கதிர்வேலன்

தமிழின் குறிப்பிடத்தக்க விமர்சகரும் எழுத்தாளருமாக சி.மோகன் தனித்துவத்துடன் இயங்கிவருகிறார். அவரது இலக்கிய நினைவுகளும் தேர்ந்த அறிவார்ந்த ரசனையுடன் நீளும்போது மிகவும் ரசித்தேன். தான் கற்ற கலைகளின் ருசிகளைத் தமிழ்ச் சமூகத்துக்குத் தொடர்ந்து பரிமாறிக்கொண்டே இருக்கிறார்.

● விமர்சகராக அறியப்பட்ட நீங்கள் கவிதைக்குத் திரும்பியது ஏன்?

இருபது வயதுகளின் தொடக்கத்தில் சிறுபத்திரிகைச் செயல்பாடுகள், விமர்சனங்கள் ஆகிய தளங்களில் இயங்கிய அதேசமயம், கவிதைகளும் எழுதினேன். கலாப்ரியாவின் 'சுயம்வரம்', ராஜமார்த்தாண்டனின் 'கொல்லிப்பாவை', கோவில்பட்டியிலிருந்து வெளிவந்த 'நீலக்குயில்', நண்பர்களுடன் சேர்ந்து நான் நடத்திய 'விழிகள்' ஆகிய சிற்றிதழ்களில் ஜனமன் என்ற புனைபெயரிலும் என் இயற்பெயரிலும் அன்று அவை வெளியாகின. எனினும் தொடக்கத்திலேயே அதன்மீது அதிருப்தியுற்று கவிதை எழுதுவதைக் கைவிட்டேன். பின்னர் அவற்றை நிராகரித்தும் விட்டேன்.

ஆனால், ஐம்பது வயதுகளின் மத்தியில், கவிதை எழுதுவதற்கான உத்வேகம் கிளர்ந்தெழுந்தது. அதன் ஈர்ப்புக்கு நான் இணங்கியபோது முதலில் கொஞ்சம் தயக்கமாகத்தான் இருந்தது. அதன் வழியில் ஒரு வசீகரப் பாதை தட்டுப்பட்டபோது மிகுந்த பரவசத்துக்கு ஆளானேன்.

அப்பாதையில் பயணம் செய்தபோது, மொழியுடனான என் உறவு பலப்பட்டதோடு வெகு பாந்தமாகவும் அமைந்தது. அப்பாதையில் உற்சாகமாகப் பயணம் செய்தேன். மேலும், எதிர் நவீன நவீனத்துவமே இன்றைக்கான நவீனத்துவமாக இருக்க முடியும் என்ற கலை இலக்கியப் பார்வையும் என் மனதை ஆக்கிரமித்திருந்தது. அதன் வெளிபாடாகவும் என் கவிதை ஆக்கங்கள் அமைந்தன.

நிரந்தரத்தையும் புதியதையும் கவனமாகப் பிணைக்கும் நவீனத்துவத்தின் மீதான சலிப்புக்கும் அது உருவாக்கும் கடுமையான வெறுமைக்கும் மாறான ஒன்றாக எதிர்நவீனத்துவம் அமைகிறது. அது, புதியதையும் பயனற்றதையும் எவ்விதக் கவனமுமின்றிப் பிணைக்கிறது. இத்தன்மையோடு என் கவிதைகள் உருவாகி மனதுக்கும் என் கலை நம்பிக்கைக்கும் நிறைவளித்தன. 2007ஆம் ஆண்டில், என்னுடைய 55ஆவது வயதில் எழுதப்பட்ட இக்கவிதைகள் அந்த ஆண்டின் இறுதியிலேயே, 'தண்ணீர் சிற்பம்' என்ற தலைப்பில் அகரம் வெளியீடாக வந்தது. நல்ல கவனிப்பும் வரவேற்பும் கிடைத்தது. அந்த ஆண்டின் சிறந்த கவிதைத் தொகுப்புக்கான ஆனந்த விகடன் விருதையும் அது பெற்றது. அதனைத் தொடர்ந்து இன்றுவரை, நாவல், சிறுகதை, கட்டுரை, விமர்சனம், மொழிபெயர்ப்பு என்றான என் இலக்கியப் பயணத்தில் கவிதையும் நீடிக்கிறது. இப்போது வெளிவந்திருக்கும் 'கைவிடப்பட்ட வளர்ப்பு நாய்கள்' என்னுடைய மூன்றாவது கவிதைத் தொகுப்பு.

● *மறைக்கப்பட்ட (அ) மறக்கப்பட்ட ஆளுமைகளைத் தேடிக் கண்டுபிடித்துத் தமிழ் வாசகர்களின் கவனத்திற்குக் கொண்டு வந்தீர்கள். இந்தக் கவனமும் அவர்களை வெளியே கொண்டு வரவுமான தூண்டுதலும் எப்படி ஏற்பட்டது? எத்தகைய சிரமங்களை எதிர்கொண்டீர்கள்?*

பாவை சந்திரன் ஆசிரியத்துவத்தில் 'புதிய பார்வை' இதழ் வெளிவந்தபோது, அவர் அதில் ஒரு தொடர் எழுதும்படி கேட்டார். அப்போது, தமிழ்ச் சமூகத்தில் பிறந்தோ வாழ்ந்தோ தம் காலத்துக்கும் வாழ்வுக்கும் சமூகம், அரசியல், கலை இலக்கியம், கலாசாரம், சிந்தனை ஆகிய தளங்களில் வளமான பங்களிப்புகள் செய்தும் உரிய கவனிப்பைப் பெறாத லட்சிய ஆளுமைகளை அறிமுகம் செய்வதாக அத்தொடர் அமையலாம் என முடிவு செய்தோம். தங்கள் துறை சார்ந்த பணிகளுக்குத் தம் வாழ்வை முழு முற்றாக ஒப்புக் கொடுத்து அயராது பணியாற்றிய ஆளுமைகளை அத்தொடரில் அறிமுகம் செய்தேன்.

'நடைவழிக் குறிப்புகள்' என்ற தலைப்பில் 'புதிய பார்வை'யில் 1996ஆம் ஆண்டு பிப்ரவர் முதல் 1997 ஏப்ரல் வரை இத்தொடர் பிரசுரமானது. இத்தொடர் மிகுந்த கவனிப்பைப் பெற்றது. இப்பணி மிகுந்த மன நிறைவையும் எனக்குத் தந்தது. அதன் காரனமாக, இன்றுவரை என்னுடைய முக்கிய பணிகளில் ஒன்றாக இதை நான் தொடர்ந்துகொண்டிருக்கிறேன்.

பொதுவாக, எந்தவொரு வகையான வரலாற்றுப் பதிவிலும் நாம் சீரிய முயற்சிகள் கொண்டிருக்கவில்லை. மிகச் சமீபத்தில் வாழ்ந்து மறைந்த முக்கியமான ஆளுமைகள் பற்றிக்கூட, ஓர் அறிமுகப்படுத்தலுக்குத் தேவையான தகவல்களைத் திரட்டுவது சிரமம். இச்சிரமத்தை எதிர்கொண்டுதான் அத்தொடர் எழுதப்பட்டது. இன்னொரு விசயத்தையும் சொல்ல வேண்டும். தமிழின் மிகக் காத்திரமான படைப்பாளுமைகளான ஜி.நாகராஜன், ப.சிங்காரம், சம்பத் ஆகியோரின் புகைப்படங்கள் முதல் முறையாக அத்தொடரின் மூலம்தான் வெளிவந்தன. மிகச் சாதாரண விசயம்தான் இது. ஆனால் இச்சாதாரணம் நிகழ எவ்வளவு காலமாகியிருக்கிறது பாருங்கள்.

● ஓவியம் பற்றி, இலக்கியம் பற்றி வாசகனின் கவனம் தேவைப்படும் இடங்களாகத் தேர்வு செய்கிறீர்கள். இதை உணர்ந்து எழுதுவதன் சிக்கல்கள், அதற்குப் பின்னிருக்கும் உழைப்பு எப்படிப்பட்டது?

நம் அனுபவப் பரப்பையும் நம் வாழ்விற்கான சாத்தியங்களையும் விஸ்தரிக்கக்கூடிய, மிகச் சிறந்த படைப்புகள் நம் நவீன கலை மற்றும் இலக்கியப் பிராந்தியங்களில் உருவாகியிருக்கின்றன. நம் வாசிப்புக்கும் பார்வைக்கும் அவசியமான இவை படிக்கப்படுவதோ பார்க்கப்படுவதோ அபூர்வமாக இருக்கிறது. இந்நிலை நம் காலத்துக்கும் சமூகத்துக்கும் கேடானது. சிறந்த படைப்புகள் வாசிக்கப்பட வேண்டியதன் தேவையை நாம் உணர்ந்தாக வேண்டும். உணர்த்தியாக வேண்டும் என்ற வேட்கையில்தான் இம்முயற்சிகளை மேற்கொண்டு வருகிறேன். பொது ஓட்டத்துக்கு எதிரான இச்செயல்பாடு காலம் காலமாகத் தொடர்வதுதான். நம் பெருமிதங்களை நாம் அறிந்து கொண்டாட வேண்டும். நமக்கான மீட்சி நம் கலை வெளிப்பாடுகளில் இருக்கிறது என்ற நம்பிக்கை சார்ந்த செயல்பாடு இது. வாழ்வுக்கான வருமானத்தை ஈட்டித் தருவதில்லை என்பதைத் தவிர வேறு சிரமங்கள் ஏதும் இதில் இல்லை. இந்த வாழ்க்கை என்னுடைய தேர்வு என்பதாலும், இத்தேர்வு அளிக்கக்கூடிய சிரமங்களை அறிந்திருப்பதாலும் புகார்கள் ஏதுமில்லை.

● சாதித்துவிட்ட அலுப்பு தட்டுப்படுகிறதா?

இல்லவே இல்லை. மாறாக, கடந்த பத்தாண்டுகளில்தான் நான் மிகுந்த முனைப்போடு பங்காற்றி வருகிறேன். அதற்கு முன்பெல்லாம்கூட, என் செயல்பாடுகளுக்கு ஊடாக, கேளிக்கைகளிலும், வெறுமனே பொழுதுகளைக் கடத்துவதிலும் மனம் நாட்டம் கொண்டிருந்திருக்கிறது. இப்போது என் கலை நம்பிக்கை சார்ந்த செயல்பாடுகளில் மட்டும்தான மனம் ஈடுபாடும் நிறைவும் கொண்டு இயங்குகிறது.

● இலக்கியமே, அதன் ஓட்டமே உயிர்மூச்சாக இருந்திருக் கிறீர்கள். அந்த வாழ்க்கை கற்றுத் தந்த பாடம் என்ன?

கலை நம்பிக்கையும் அர்ப்பணிப்பும் என்றான வாழ்வியக்கம் என்பது, பாரதி, புதுமைப்பித்தன், க.நா.சு., சி.சு.செல்லப்பா, தருமு சிவராம் (பிரமிள்) போன்ற நம் லட்சிய முன்னேடிகள் நமக்கு வகுத்துத் தந்திருக்கும் பாதைதான். அவர்கள் காலத்தை விடவும் சூழல் சற்று மேம்பட்டிருக்கிறது. எந்தவொரு காத்திரமான நம்பிக்கையும் அர்ப்பணிப்பும் காலகதியில் நல்ல மாற்றங்களை விளைவிக்கும் என்பதில் சந்தேகமில்லை. நம்முடைய ஆகச் சிறந்த அம்சத்தில் நாம் தொடர்ந்து செயல்பட்டுக்கொண்டிருக்க வேண்டும் என்பதுதான் முக்கியம். வாழும் காலத்தில் அது உரிய பலன்களை அளிக்காவிட்டாலும், காலகதியில் அது சமூகத்தில் காத்திரமான விளைவுகளை ஏற்படுத்தும். எனினும் இன்றைய சூழல் ஓரளவு அனுசரணையாகவே இருக்கிறது. என்னைப் பொறுத்தவரை என்னுடைய வாழ்க்கைப் பாடுகளை ஓரளவு சமாளிக்க ஏதுவாக இன்றைய சூழல் இருக்கிறது. இதுவே பெரிய விசயம்தான்.

● விமர்சகர்களுக்கு உண்டான மரியாதை, உரிய கவனிப்பு கிடைப்பதாக உணர்கிறீர்களா?

என்னுடைய ஒரு நேர்காணலில், அங்கீகரிக்கப்படாத கனவின் வலி நிறைந்த இடமாகப் படைப்பாளி இருக்கிறான் என்று குறிப்பிட்டிருந்தேன். இது விமர்சகர்களுக்கும் பொருந்தும். கவனிப்பு, மரியாதை, அங்கீகாரம் என்பதெல்லாம் சூழலின் ஆரோக்கியத்தைப் பொறுத்தது. விமர்சனத்தின் அவசியத்தை உணர்ந்து செயல்படுவது மட்டுமே முக்கியமானது.

● கவிதை, புனைவு, விமர்சனம் கடந்து மொழிபெயர்ப்பிலும் முக்கிய சாதனையை நிகழ்த்தியிருக்கிறீர்கள். நவீன தமிழ்ச் சூழலில் மொழிபெயர்ப்புகளுக்கான வரவேற்பு எவ்வாறுள்ளது?

மொழிபெயர்ப்புகளின் அவசியத்தை நாம் உணர்ந்திருக்கிறோம். உலக இலக்கிய வளங்களை நாம் அடைவதற்கான ஒரே ஏற்பாடு அது. மொழிபெயர்ப்புகள் சிறப்பாகவும், நம் இலக்கியப் பரப்புக்கும் வாழ்வுக்கும் வளம் சேர்ப்பதாகவும் அமையும்பட்சத்தில் அவை உரிய அங்கீகாரத்தை அடையவே செய்திருக்கின்றன. அதேசமயம், மொழிபெயர்ப்புப் பணி மிகவும் சவாலானது. மூலமொழிக்கும் பெறுமொழிக்கும் இடையிலான பரிவர்த்தனையில் மிகுந்த கவனமும் நுட்பங்களும் தேவை. என்னுடைய 'ஓநாய் குலச்சின்னம்' நாவல் மொழிபெயர்ப்பு, இப்பணியில் ஒரு முன்னுதாரணமாகக் கருதப்படுகிறது. எதிர்பார்த்ததை விடவும் மிகச் சிறந்த வரவேற்பு கிடைத்திருக்கிறது. அதுவரை நம்மால் அறியப்படாதிருந்த, ஒரு சீன எழுத்தாளரான ஜியாங் ரோங் என்பவரின் முதல் நாவலின் மொழியாக்கம் இது. இதுவரை அவர் எழுதியிருக்கும் ஒரே நாவலும் அதுதான். ஆனால் அது தமிழ் வாசகர்களால் வெகு விமர்சையாகக் கொண்டாடப்பட்டு வருவது மிகவும் நம்பிக்கை தரும் விசயம். என்னுடைய பெறுமிதங்களில் ஒன்றாக இம்மொழிபெயர்ப்பு அமைந்துவிட்டிருப்பதற்கு வாசகர்கள் இந்த நாவலை, அதன் பெறுமதியை உணர்ந்து அரவணைத்துக்கொண்டதே காரணம்.

(விகடன்.காம், 04 ஜனவரி 2022)

நேர்காணல்: 6

(ஆனந்த விகடன் இதழுக்காக மேற்கொள்ளப்பட்டது.)
நேர்கண்டவர்: கார்த்திக் புகழேந்தி

சி.மோகன் தமிழின் தனித்த ஆளுமை. நவீன இலக்கியம் குறித்த விமர்சனங்களில் சமரசமற்ற அவதானிப்புகளைத் தொடர்ந்து முன்வைப்பவர். புனைவு இலக்கியங்களை நுண்ணிய பார்வையோடும், ஆழத்தோடும் அணுகுவதில் முதன்மையான கலைஞன். 'விகடன் தடம்' இதழில் இவர் எழுதிய 'நவீன ஓவியம்: புரிதலுக்கான சில பாதைகள்' என்ற தொடர், தமிழ் வாசகர்களுக்கு ஓவியங்களின் வரலாற்றை அறியும் திறப்பாக அமைந்தது. இவரின் மொழிபெயர்ப்பில் தமிழில் வெளியான 'ஓநாய் குலச்சின்னம்' எனும் சீன நாவலை அறியாத தமிழ் வாசகர் இருக்கமுடியாது. சி.மோகன் கலையை நம்புகிறவர். அதன்பால் தன்னை அர்ப்பணித்தவர். கலைக்கும் வாழ்வுக்குமிடையிலான இடைவெளியை தனது தீட்சண்யத்தால் தாண்டியவர். 'எனக்கு வீடு நண்பர்களுக்கு அறை' எனப் புன்னகைக்கும் சி.மோகனின் எழுபதாவது பிறந்தநாளுக்கு வாழ்த்துச் சொல்லி, அவரின் வளசரவாக்கம் இல்லத்தில் சந்தித்தேன்!

● ஒரு விமர்சகராகவும், கலை ஆளுமையாகவும் இருக்கிற உங்களுடைய நேரடியான நாவல்கள் தமிழ்ச் சூழலில் தாக்கங்களை ஏற்படுத்தியதாகக் கருதுகிறீர்களா?

கலை இலக்கியப் பார்வைகளை மேலான தர நிர்ணயங்களில் முன்வைக்கும் அதேசமயம், என்னுடைய படைப்புச் செயல்பாடுகள் அந்த எல்லைகளை அடைய முடியாமல் போய்விடலாம். எனினும், என்னுடைய முதல் நாவலான 'விந்தைக் கலைஞனின் உருவச் சித்திரம்'

ஓர் உயர்ந்த தளத்தில் இயங்கிய, தனித்துவமான நாவல். பரந்து விரிந்த தளமோ, கதைத் தன்மையோ இல்லாதது என்பதால், மரபான வாசிப்பு மனம், பெரும் வீச்சு கொண்டதாக அதை உணர முடியாமல் போகலாம். இத்தன்மையில் அது, தமிழ் நாவல்களில் நான் பெரிதும் போற்றுகிற எஸ்.சம்பத்தின் 'இடைவெளி' போன்றது. அதேசமயம், நண்பர் யூமா வாசுகி, இந்நாவல் மலையாளத்தில் வந்திருந்தால் அங்கு இதைப் பெரிதாகக் கொண்டாடியிருப்பார்கள் என்றார். அவர், என்னுடைய 60ஆவது பிறந்த நாளை முன்னிட்டு, தன்னுடைய 'குதிரைவீரன் பயணம்' இதழை 'சி.மோகன் சிறப்பிதழாகக்' கொண்டுவந்தபோது, அதில் இந்நாவல் பற்றி எழுதியவர்கள் மிகச் சிறப்பாகவே சிலாகித்தார்கள். 'வாசிப்பை நேசிப்போம்' குழுவினர், என்னுடைய 70ஆவது பிறந்தநாள் தொடக்கத்தின்போது, என்னுடைய நூல்கள் அனைத்தையும் ஒரு மாதம் வாசிப்புக்கு உட்படுத்திய போதும் இந்நாவலின் பெறுமதியைப் பலரும் வெளிப்படுத்தினார்கள். திரைத் துறையில் கலை மேன்மையுடன் வெளிப்பட விழையும், செழியன், நாசர், அருண் கார்த்திக் (நசீர் பட இயக்குனர்) ஆகியோர் இந்நாவலைப் படமாக்க விருப்பம் தெரிவித்தனர்.

எது எப்படியிருந்தாலும், என்னுடைய கலை இலக்கியப் பார்வை எப்போதும் மிக உயர்ந்த தர எல்லைகளை முன்வைப்பதாகவே இருக்கும். அதன்முன் என்னுடைய படைப்புகள் பலகீனமாக அமைந்துவிட்டாலும் என்னுடைய கலை இலக்கியப் பார்வையில் ஒருபோதும் சமரசம் கொள்ள மாட்டேன்.

● **மொழிபெயர்ப்பு இலக்கியத்தில் 'ஓநாய் குலச்சின்னம்' அடைந்த வெற்றி ஆச்சரியமானது. இன்றைக்கு தமிழ்ச் சூழலில் மொழிபெயர்ப்புகள் எப்படி இருக்கின்றன?**

அறியப்படாத, நம் சமகாலத்திய, ஒரு சீனப் படைப்பாளியின் ஒரே நாவலான 'ஓநாய் குலச்சின்னம்' தமிழ்ச் சூழலில் கொண்டாடப்பட்ட விதம் பிரமிப்பூட்டுவது. புதிய, வலுவான, நம் காலத்துக்கு இன்றியமையாத கதைப் புலமும் மொழிபெயர்ப்பில் கூடிவந்த சரளமும் இதற்கு முக்கியமான காரணம். மூளையாலோ மனதாலோ வாசிக்கப்படக் கூடியதாக இல்லாமல் முதுகுத் தண்டால் வாசிக்கக்கூடியதாக இந்நாவல் அமைந்திருப்பதுதான் இதன் தனிச் சிறப்பு. இம்மொழிபெயர்ப்பு என் கலை இலக்கிய வாழ்வில் பெறுமதியான ஒரு பணி. இப்பணியை எனக்களித்து, அதை

நூலாக வெளியிடவும் செய்த இயக்குனர் வெற்றி மாறனின் பங்கும் போற்றுதற்குரியது.

இன்று தமிழில் மொழிபெயர்ப்புகள் அதிகம் வெளிவருகின்றன. அவை உரிய வரவேற்பும் பெறுவதாக அறிகிறேன். ஒரு மொழியின் சமகாலத் தன்மைக்கும் வளத்துக்கும் மொழிபெயர்ப்புகள் மிகவும் அத்தியாவசியம். நம் மொழியில் இதுவரை வசப்படாத பிராந்தியங்களில் மட்டுமல்லாது, மூல மொழியில் வெளிப்படும் தொனி, சாயை, இழையாடல் ஆகிய அம்சங்களிலும் மொழிபெயர்ப்பாளர்கள் கவனம் கொள்ளவேண்டியது அவசியம். என் கண் கருவிழி பாதிப்பு காரணமாக, சில வருடங்களாக என்னால் புத்தகங்களை வாசிக்க முடிவதில்லை. அதனால் இதுபற்றி எதுவும் குறிப்பிட்டுச் சொல்ல முடியவில்லை.

● 'மிதிலா பிரஸ்' யுகமென்று சிலர் சொல்லக் கேட்டிருக்கிறேன். மிதிலா வெளியிட்ட நூல்கள் குறித்த உங்களது நினைவு...

1983இல் க்ரியாவில் பணி புரிவதற்காக மதுரையிலிருந்து சென்னை வந்தேன். மூன்றாண்டு க்ரியா பணிக்குப் பின் நான் தொடங்கியது மிதிலா அச்சகம். 1986-91 வரை இது இயங்கியது. ஐந்து ஆண்டுகள்தான் செயல்பட்டது. ஆனாலும் உத்வேகமும் உரையாடல்களும் கொண்டாட்டங்களும் எனப் பலரும் அங்கு கூடி திளைத்திருந்த காலம். பல முனைகளிலிருந்தும் எழுத்தாளர்களும் ஓவியர்களும் ஆர்வலர்களும் சகஜமாக வந்து கூடிய இடம்.

க.நா.சு., சி.சு.செல்லப்பா, சுந்தர ராமசாமி, தருமு சிவராம், கி.ஆ.சச்சிதானந்தம் போன்ற மூத்த படைப்பாளிகள் வந்துபோனார்கள். விக்ரமாதித்யன், கோணங்கி, திலீப்குமார், கோபி கிருஷ்ணன், சுகுமாரன், விமலாதித்த மாமல்லன், வெளி ரங்கராஜன் என அன்றைய இளம் படைபாளிகள்; சாரு நிவேதிதா, பிரேம்-ரமேஷ், நாகார்ஜுனன், ராஜன் குறை போன்ற பின்நவீனத்துவ எழுத்தாளர்கள்; சந்ரு, நடேஷ், அதிவீர பாண்டியன், போஸ் மருது போன்ற ஓவியர்கள்; பத்மநாப ஐயர், நித்யானந்தம் போன்ற ஈழத்து ஆளுமைகள்; காலம் செல்வம், ஹம்சத்வனி போன்ற ஈழ எழுத்தாளர்கள் எனப் பலரும் தங்கள் தங்கள் நிலைப்பாடுகளோடும் நம்பிக்கைகளோடும் சகஜமாகப் புழங்கிய இடம்.

டி.கண்ணன், வாசுதேவன் இணைந்து நடத்திய 'சிதைவு'; ரமேஷ் பிரேதன் எழுத்துகளைப் பிரசுரிப்பதெற்கென்றே சாரு நிவேதிதா

நடத்திய 'கிரணம்'; மொழிபெயர்ப்புக் கதைகளுக்கென்று ஜோசப் தயாளன் நடத்திய 'சதுரம்'; நாடகத்துக்கென்று ரங்கராஜன் நடத்திய 'வெளி' ஆகியன இங்குதான் உருவாகின.

ஈழ எழுத்துகளை நூல்களாக்கும் உத்தேசத்தோடு பத்மநாப ஐயர் நண்பர்களோடு இணைந்து தொடங்கிய தமிழியல் வெளியீடுகள் உருவாக்கப்பட்டன. இன்றுவரை கனடாவிலிருந்து வெளிவந்து கொண்டிருக்கும் 'காலம்' இதழின் ஆரம்ப இதழ்கள் என்னுடைய பொறுப்பில் மிதிலா அச்சகத்தில்தான் உருவாக்கப்பட்டன. இவை தவிர, நான் நடத்திய வயல் பதிப்பக வெளியீடுகளும் உருவாகிய இடம் அது.

அக்காலகட்டத்தில் எழுதத் தொடங்கிய டி.கண்ணனும், ஜெகந்நாதனும் சமீபத்தில் வெளிவந்த தங்களின் புத்தகங்களை மிதிலா அச்சகத்துக்கு சமர்ப்பணம் செய்திருக்கிறார்கள்.

எஸ்.ராமகிருஷ்ணன் மல்லாங்கிணறிலிருந்து சென்னைக்குக் குடியேற வந்திறங்கிய நாளில், சாத்தூர் சீனி மிட்டாயும் காரசேவும் கொண்ட இரண்டு ஓலைக் கொட்டான்களோடு மிதிலா அச்சகம் வந்தார். இப்படியெல்லாம் இலக்கிய உலகில் பிரசித்தி ப்பெற்றிருந்தது, மிதிலா அச்சகம். பொருளாதாரரீதியான இடர்பாடுகளுக்கிடையிலும் அமோகமாக அமைந்த காலம்.

● இன்றைய சிற்றிதழ் சூழலில் நவீன ஓவியர்களின் பங்கை 90களோடு ஒப்பிட முடியுமா?

1970களிலிருந்து 90கள் வரை இலக்கிய இயக்கமும் கலை இயக்கமும் ஒரு லட்சியபூர்வமான பிணைப்போடும் உத்வேகத்தோடும் இயங்கின. கே.எம்.ஆதிமூலம், ஆர்.பி.பாஸ்கரன், சி.தட்சிணாமூர்த்தி, பி.கிருஷ்ணமூர்த்தி போன்ற ஓவியர்கள் சிறுபத்திரிகை செயல்பாடுகளிலும் அதன் வெளியீடுகளிலும் ஆர்வத்தோடு தங்களை வெளிப்படுத்தினர். கசடதபற, நடை, பிரக்ஞை போன்ற இதழ்கள் நவீன கலை வெளிப்பாடுகளுக்கு முக்கியத்துவம் அளித்தன. இந்த அழகிய பிணைப்பு காலகதியில் பிரிந்துபோனது மிகவும் துரதிர்ஷ்டவசமானது.

இந்த உறவு மீண்டும் புதுப்பிக்கப்படுவது நம் சூழலுக்கு மிகுந்த வளம் சேர்க்கும். இன்றும் நவீன கலை அறியப்படாத புதிர்ப் பிரதேசமாகவே நம்மிடையே இருந்துகொண்டிருக்கிறது. ஒரு மகத்தான கலை அனுபவத்தின் பேறுகளை நாம் இழந்துகொண்டிருக்கிறோம்.

● **உங்களது தனிப்பட்ட கலெக்ஷன்ஸ் குறித்து கொஞ்சம் சொல்லுங்க?**

என்னுடைய வீட்டின் முன்னறையை ஒரு கேலரி போலத்தான் வைத்திருக்கிறேன். என்னிடமிருக்கும் கலைப் படைப்புகள் என்னுடைய சேகரிப்புகள் அல்ல. அவை ஓவிய நண்பர்களாலும் சிற்பிகளாலும் எனக்கு அன்பாக அளிக்கப்பட்டவை. இவை என் வாழ்வின் மிகப் பெரிய பொக்கிஷங்கள். இப்படைப்புகள் சூழ இருப்பது நிறைவான வாழ்வின் அடையாளமாக இருக்கிறது. ஏனென்றால், எனக்கென்று இருப்பிடமின்றி நான் அலைந்து திரிந்த காலமும் உண்டு. அக்காலத்தில் நான் பல படைப்புகளை இழந்திருக்கிறேன். மேலும், நான் முதுமையில் (அப்படி நான் உணரவில்லை என்றாலும்) தனித்திருப்பது குறித்து நண்பர்கள் தங்கள் கவலையை வெளிப்படுத்தும்போது, எந்த நெருக்கடியிலும் இந்தப் படைப்புகள் எனக்குத் துணையாக இருக்குமென்பதுதான் என் பதிலாக இருந்திருக்கிறது. அப்படி நடக்கவும் செய்திருக்கிறது. பத்தாண்டுகளுக்கு முன்பு, ஒரு நெருக்கடியான தருணத்தில், ஆதிமூலத்தின் இரண்டு ஓவியங்களையும், தட்சிணாமூர்த்தியின் இரண்டு சிற்பங்களையும் விற்றுத்தான் சமாளித்தேன். இப்போதும்கூட, என் மகளும், என் தங்கையும் தங்களுடன் வந்திருக்கும்படி என்னைக் கேட்டபோதும் அதை ஏற்க முடியாததற்கு இவற்றோடு நான் கொண்டிருக்கும் உறவு ஒரு முக்கிய காரணம். கூடுமானவரை யாரையும் சார்ந்திருக்க விரும்பாததும் தனிமையை சுகமாகப் பேணுவதும் இன்னொரு காரணம். மேலும், ஒரு படைப்பாளனாக நான் இப்போதும் தனிமையில் இல்லை.

சி.டக்ளஸ், விஸ்வம், சந்ரு, நடேஷ், மைக்கேல், ஜே.கே., மணிவண்ணன், பாலா, நரேந்திரன், திருநாவுக்கரசு, ரமேஷ் எனப் பலரின் ஓவியங்களும், தட்சிணாமூர்த்தியின் கல்சிற்பமும் ஷ்யாமின் செராமிக் சிற்பமும் இப்போது என் வசமிருப்பவை. ஃப்ரேம் போடப்படாமலும் பல இருக்கின்றன.

● **எழுபது வயதின் ஆகிருதியோடு தொடர்ந்து உங்கள் இலக்கியப் பணிகளைச் செய்துகொண்டிருக்கிறீர்கள்... இன்னும் என்னென்ன திட்டமிடல்கள் வைத்திருக்கிறீர்கள்...?**

என் இளமையிலிருந்தே கிட்டத்தட்ட 50 ஆண்டுகளாகப் புத்தகம் சார்ந்த பணிகளையும் எழுத்தையுமே என் வாழ்வின் ஆதாரமாகக்

கொண்டிருக்கிறேன். அன்றாடங்களுக்கான இடர்பாடுகள் இதில் இருந்தாலும் எனக்குத் தெரிந்ததும் நான் தேர்ந்தெடுத்ததும் இதுதான். இப்பணி சார்ந்த ஒரு நிறைவும் இருக்கிறது. இப்போதுகூட கடந்த மூன்று மாதங்களின் பெரும் பகுதியை கி.ராவின் அனைத்து எழுத்துகளையும் 9 தொகுதிகளாகக் கொண்டுவரும் அன்னம் முயற்சியில் என்னை ஈடுபடுத்தி வந்திருக்கிறேன்.

அதேசமயம், இந்த வருசத்தின் ஆரம்பத்தில் எழுதத் தொடங்கிய 'கரிசல் சந்நியாசி' என்றொரு நாவலும், அதை இடையில் நிறுத்திவிட்டுத் தொடங்கிய 'கிராமம் நகரம் மாநகரம்' என்றொரு நாவலும் சில அத்தியாயங்களோடு நின்றுவிட்டன. காரியச் சிதறல்கள்தான் காரணம். அக்காரியங்களும் தேவையானதுதான்; தவிர்க்க முடியாததுதான். இனியாவது, இந்த இரு நாவல்களையும் முடித்துவிட வேண்டும். இவை இரண்டுமே மிகப் பெரிய கேன்வாஸ்.

(ஆனந்த விகடன், 21.12.2022)